வேசியின் ருசி

"காதல் கடந்த பயணம்"

நந்தா லக்ஷ்மன்

aelay
publish

வேசியின் ருசி
கதை
ஆசிரியர் : நந்தா லக்ஷ்மன் 2022 ©
முதல் பதிப்பு : டிசம்பர் 2022
வெளியீடு : ஏலே பதிப்பகம்
5/175, பாத்திமா நகர், கூத்தென்குழி,
திருநெல்வேலி - 627104
தொடர்புக்கு : +91 9944992571

Vesiyin Rusi
Story

First Edition : December 2022
Pages: 148 Price : ₹ 230
ISBN : 978-93-5533-584-5
Aelay Publish
Contact : +91 9944992571
Designed by : Aelay publish team
Printed at Manipal Technologies Limited, Manipal

இயல் என்னும் மெய்யாலும்
இசை என்னும் உயிராலும்
நாடகம் புனையும் தமிழுக்கே
எனது சர்வ சகலமும் சமர்ப்பணம்

First Published in December 2022

Distributed by: Aelay Publishers

முகவுரை

பிரபஞ்ச பந்தலில்...
எனக்கும்... எனக்கும்...
துளியும் சம்பந்தம் இல்லை..!
ஆதியின் இசைக்க..!
நான் அசைகிறேன் கதையாய்-கவியாய்-கலையாய்...

புத்தகத்தின் தலைப்பு தாக்கத்தை ஏற்படுத்தியிருக்கும் என்று நினைக்கிறேன். தலைப்பை வைத்து புத்தகத்தை எடை போட முடியாது சில அத்தியாயங்கள் கடந்ததும் இந்த புத்தகத்திற்கு ஏன் இந்த தலைப்பு என்றெல்லாம் தோன்றலாம். உண்மைதான் மனிதனின் மனம் செயல்பட தொடங்கிவிட்டாலே போதும், பல கோடி கேள்விகளும், பல கோடி பதில்களும், பல கோடி பார்வையும் இயல்பாகவே தோன்றிவிடும்.

பொழுது போக்கிற்காக புத்தகம் வாசிப்பவர்கள் மட்டும் இந்த புத்தகத்தை படிக்க வேண்டும் என்று கேட்டுக்கொள்கிறேன், ஆழமாக புத்தகம் வாசித்து அதற்குள்ளே வாழ்பவர்கள் இந்த புத்தகத்தை தவிர்க்கவும். இது உங்களின் இயல்பு வாழ்க்கையின் நிலைப்பாட்டையும் மனநிலையையும் பாதிக்க கூடும் என்று நினைக்கிறேன். ஏனெனில் இயல்பாக நிகழும் நடைமுறைகளை தவறான கோணத்தில் நின்று பார்த்து ஒரு கதாபாத்திரத்தை உருவாக்கியிருக்கிறேன்.

முடிந்த வரையில் கதாபாத்திரங்களை காதல் செய்யுங்கள் ஏனெனில் யாரோ ஒரு எழுத்தாளருக்கு நாமும் கதாபாத்திரமாகக் கூடும்.

முன்னுரை

கதைகள், திரைக்கதைகள், கவிதைகள் மற்றும் கட்டுரைகள் என்று என்னுள் வெளிப்படும் அனைத்திற்குமே, நான் காரணமும் அல்ல, அதை வாசிப்பதால் உங்களுக்கு ஏற்படும் சுக துக்கங்களுக்கு, நான் பொறுப்பும் அல்ல.

எழுதுகோல் காகிதத்தை தொட்டதும், என் கைகளையும் கற்பனையையும் ஏதோ ஒன்று ஆட்டுவிக்கும். அந்த ஏதோ ஒன்றிற்கு நான் பிரபஞ்சம், இறைவன் என்று பெயர் வைத்திருக்கிறேன்.

நீங்கள் அந்த ஏதோ ஒன்றிற்கு என்ன பெயர் வைத்து வணங்குகிறீர்களோ அதனுக்கே உங்கள் கரகோஷத்தையும் பாராட்டையும் தெரிவியுங்கள்.

உங்கள் விமர்சனத்தையும் அறிவுரைகளை மட்டுமே என்னிடம் தெரிவியுங்கள், ஏனெனில் என்னை ஆட்டுவிக்கும் ஏதோ ஒன்றை இன்னும் என்னால் முழுமையாக புரிந்து கொள்ள முடியவில்லை என்ற வருத்தத்தோடு முதலில் குறுகிய கால அவகாசத்தில் இந்த நூலை வெளியிட ஒப்புக்கொண்ட ஏலே பதிப்பகத்திற்கும்,

புத்தகத்தின் அட்டை படத்தை வரைந்து கொடுத்த ஸ்வேதா கோபிநாதன் அவர்களுக்கும் அதற்கு உதவியாக இருந்த கீர்த்தனா கோபிநாதன் அவர்களுக்கும்.

புத்தகத்தை செவ்வனே பிழை திருத்தம் செய்து கொடுத்த புஷ்பா சக்திவேல் மற்றும் சபரி வெங்கடேசன் அவர்களுக்கும்.

எனது எழுத்து நடையிலும் தமிழ் நடையிலும் நாளுக்கு நாள் நல்ல முன்னேற்றம் ஏற்படுகிறது என்று என்னை ஊக்கப்படுத்தி ஒரு மாத காலம் என்னுடனே தங்கி இந்த வேசியின் ருசி நாவலை எழுதி முடிக்க எனக்கு ஊக்கம் தந்தவர் எனது ஆருயிர் நண்பரும் ஆலோசகருமான திரு. புருஷோத்தமன் அவர்களுக்கும்.

வியாபார ரீதியாகவும், பொருளாதார ரீதியாகவும் பெரும் இன்னல்களை சந்தித்துக் கொண்டிருக்கும் தற்போதைய வேலையிலும் படைப்புகளிலும் இலக்கை நோக்கிய பயணத்திலும் எந்த வித தேக்கமும் தொய்வும் ஏற்படாமல் பார்த்துக் கொள்ளும் திரு.வேல்முருகன் அவர்களுக்கும்,

எப்போதும் எனக்கு முதுகெழும்பாகவும் உறுதுணையாகவும் என்னை ஊக்கப்படுத்திக் கொண்டே என்னுடன் பயணிக்கும் ஆருயிர் நண்பர்களான வசந்தராஜன், பிரதீப் செல்வராஜ், நவீன் சுந்தரபாண்டியன், தினேஷ் டேவிட், ஏ.ஆர்.ராஜேஷ் மற்றும் பல நண்பர்கள், எழுதிக் கொண்டே சென்றால் காகிதம் காணாமல் போய்விடுமோ என்ற ஐய்யம் தோன்றுகிறது.

எனக்கு உயிர்மூச்சு கொடுத்து ஆயிரம் இன்னல்களை தாண்டி, பெற்று வளர்த்தெடுத்து தினம்தோறும் வாழ்ந்துர் பழனியம்மாள், லட்சுமணன் என்னும் கண்கண்ட தெய்வங்களின் துணையோடும், நான் துவண்டு விழும் போதெல்லாம் தூக்கிவிட்டு துன்பத்தைத் துடைத்து இன்பத்தை அன்போடு ஊட்டிவிடும் மகேஸ்வரன், மீனாகுமாரி என்னும் நம்பிக்கையின் நிழலோடும், எனக்கு எல்லா வகையிலும் உறுதுணையாக நிற்கும் அன்புத்தம்பி ராம்குமார் அவர்களுக்கும்,

அன்போடும் பண்போடும் அரவணைத்து தங்க இடம் அளித்து, என்னைக் காத்து கொண்ட எனது நண்பரும், கரூர் மாநகராட்சி மக்கள் செல்வன் விஜய் சேதுபதி இரசிகர் நற்பணி இயக்க தலைவருமான, இயக்குனர் திரு. ரவிவர்மா குணசீலன் அவர்களுக்கும்.

நாவலின் இறுதி அத்தியாயங்களை எழுதி முடிக்க இடம் அளித்து உதவிய இயற்கை பண்ணையம் திரு. திலீப் குமார் அவர்களுக்கும்.

என் உயிரினும் மேலான என் தமிழ் அன்னைக்கும், அனைத்திற்கும் மேலான நம்மை காக்கும் இயற்கைக்கும், எனது வாழ்நாளில் பெறப்போகும் அனைத்து வெற்றிகளையும் பாராட்டுகளையும் அங்கீகாரங்களையும் அன்போடு அர்ப்பணிக்கிறேன்.

எழுத்தாளர் மற்றும் இயக்குனர்
நந்தா லக்ஷ்மன்
9677817909
directornandhalakshman@gmail.com

பொருளடக்கம்

காமதேவன் கண்மூடினான்

காற்றின் காம சூழ்ச்சியில் மயங்கிய கருமேகங்கள் காற்றின் மீது காதலுற்று ஒன்றோடு ஒன்று மோதலுற்று மன்மத நீரை மழையாக பொழிந்துக் கொண்டிருந்தது.

தேவையான இடங்களில் சிணுங்கலும் முணுங்கலும் அளவாய் அழகாய் இடித்துக் கொண்டிருந்தது. விளக்கும் விதிவிலக்காகி விடவில்லை சிணுங்கலுக்கும் முணுங்கலுக்கும் ஏற்ப ஒளியை கூட்டியும் குறைத்தும் பலவந்தமாய் பளீரிட்டுக்கொண்டிருந்தது.

மேகத்தின் சிணுங்கலும் முணுங்கலும் இரவின் இரவாடிகளை வெட்கத்தில் நனைய செய்து தனது மறைவிடத்திற்கு திருப்பி அனுப்பிக் கொண்டிருந்தது.

தனது இரை விலாசத்தின் வாசல் வரை சென்ற பல பூச்சிகள், பல ஊர்வனைகள் மற்றும் பல இரவாடிகள், பசியோடு மறைந்து நிற்க, அந்த தொலைதூர காதலர்கள் மட்டும் பசியாறிக் கொண்டிருந்தார்கள்.

அடை மழையும், இடியும், மின்னலும் அவிழ்த்துவிட்டக் காளை போல் அடங்காமல்

"பளீர்" "டனார்" "டனீர்" "டினார்"

என்று அவன் காதுகளை தட்டிக் கொண்டிருக்கும் போதே

"டக்... டக் .... டக்...."

என்று கதவை தட்டும் சப்தமும் கேட்டது.

படுக்கையை விட்டு எழாமல், காதையும் கவனத்தையும் கதவின் திசையில் வைத்து கவனித்தான்.

"டக்... டக் .... டக்...."

"இந்த ராத்திரில யாரு"

என்ற மன கேள்வியுடன் படுக்கைக்கு அருகிலிருக்கும் மேஜை மீது கை வைத்து விரல்களால் விலாசம் தேடி தீப்பெட்டியைக் கைப்பற்றி தீக்குச்சியின் தலைக்கனத்தை எரித்து கை விளக்கை ஏற்றினான்.

மீண்டும்

"டக்... டக் .... டக்...."

"ச்ச யாரு"

என்று மெதுவாக புலம்பியபடி விளக்கை கையில் ஏந்திக் கொண்டு கதவை திறந்தான் பிறைமார்பன்.

கொத்தும் குலையுமாய், மப்பும் மந்தாரமுமாய் ஒரு அழகிய இளம்பெண் மழை நீர் சொட்டச் சொட்ட நின்று கொண்டிருந்தாள்.

நள்ளிரவில் தூக்கம் கலைத்த கோபத்தை சிறிதேனும் சிந்தி விட வேண்டும் என்ற பிறைமார்பனுடைய எண்ணம், அவளின் அழகில் மோதி குத்துயிரும் குலையுயிருமாய் துடிக்கத் துடிக்க இறந்து போனது.

பிறைமார்பன் அவளைப் பார்த்து உறைந்து நின்று கொண்டிருந்தான்.

"டிஸ்டர்ப் பண்ணதுக்கு சாரி...
என் வண்டி ரிப்பேர் ஆயிடுச்சு...
ரொம்ப மழையா இருக்கு...
....
இருட்டிடுச்சு வேர...
......

இன்னைக்கு நைட் மட்டும் உங்க கூட ஸ்டே பண்ணிக்க வா.."

காற்றின் ஜதியால் பரதநாட்டியம் ஆடிக்கொண்டிருக்கும் விளக்கின் வெளிச்சத்தில், அரைகுறையாக தெரியும் அவளுடைய ஈர உதடுகளின் இடுக்குகளில், பிறைமார்பனின் கண்களும் கவனமும் சிக்கிக்கொண்டது.

"ஹெல்ப் பண்ணுவீங்களா....
ப்ளீஸ்"

சில கணப் பொழுதுகள் கழித்து மீண்டும் அசைந்த அவளின் உதடுகள், பிறைமார்பன் கண்ணையும் கவனத்தையும் விடுவித்திருக்க வேண்டும், ஏனெனில் தற்பொழுது அவனுடைய உதடுகள் அசைந்தது.

“வாங்க உள்ள வாங்க”

என்று உள்ளே அழைத்து கதவை தாழிட்டு விட்டு, விளக்கை லாபகமாக பிடித்து, அவள் பாதங்களுக்கு வெளிச்சம் செய்துகொண்டு, முன் நடந்தான் பிறைமார்பன்.

அடை மழையின் நகலாகவே மாறிய அவளின் ஆடைகள், காவிரி ஆற்றை நகலெடுத்து பிறைமார்பன் வீட்டுத் தரையில் கரை புரண்டோட ஒத்திகை பார்த்துக் கொண்டிருந்தது.

சற்று தூரம் முன் நடந்த பிறைமார்பன் அவளைத் திரும்பிப் பார்த்து

“ஏன் அங்கயே நிக்கிறீங்க....
உள்ள வாங்க”

என்று அழைத்தான்.

சற்று தயங்கியவளாய் முன் வந்தாள்.

விளக்கை மேஜை மீது வைத்துவிட்டு அருகிலிருந்த ஆடை மாட்டியில் தொங்க விட்டிதிருந்த துண்டை அவளிடம் கொடுத்தான்.

“இல்ல இருக்கட்டும் பரவால்ல தேங்க்ஸ்”

“ஐயோ புடிங்க ஃபர்ஸ்ட்
தலைய தொவட்டுங்க...
நான் உள்ள போய் உங்களுக்கு மாத்திக்க டிரஸ்
கொண்டு வரேன்”

என்று சொல்லிக் கொண்டே துண்டை அவள் கையில் கொடுத்துவிட்டு, மேஜை மீதிருந்த மெழுகை கையில் எடுத்துக்கொண்டு உள்ளே சென்றான்.

குளிர் நடுக்கத்தை வெளிப்படுத்தாமல் பல்லைக் கடித்துக் கொண்டிருந்த அவள், வேக வேகமாக தலையை துவட்டினாள்.

தனது சட்டை ஒன்றையும், வேட்டி ஒன்றையும் கையில் எடுத்து ஒரு முறைக்கு இரு முறை முகர்ந்து நறுமணத்தின் வாசத்தை உறுதி செய்துகொண்டு வேகவேகமாக வெளியில் வந்து

“இந்தாங்க இத போட்டுக்கோங்க”

என்று சொல்லிய வேகத்திலேயே அவள் கையில் வேட்டி சட்டையை கொடுத்துவிட்டு இரண்டு விளக்கையும் சட்டென்று ஊதி அணைத்து விட்டான்.

அவளும் வேறு வழி இல்லாதவளாய் அந்தகாரத்தில் தனது ஈர ஆடைகளை அவிழ்க்கத் தொடங்கினாள்.

தனது ஈர உடலில் பசை போல ஒட்டியிருக்கும் ஆடைகளை ஒவ்வொன்றாக அகற்றும் பொழுது, அவளின் மனம் மின்னலிடம் மண்டியிட்டு கொண்டிருந்தது.

இரவின் கரிய போர்வைக்குள் தனது கடைசி ஆடையை முழுமையாக அகற்றி, நிர்வாணமாக நிற்கும், அவள், அந்த இரவு தேவன் பார்ப்பதற்குள்ளாக சட்டென்று பிறைமார்பன் கொடுத்த வேட்டியை போர்த்திக்கொண்டாள்.

போர்த்திய வேட்டியை லாபகமாக பயன்படுத்தி சட்டையையும் அணிந்து கொண்டு வேட்டியை இறுக்கமாக இடையில் கட்டிக் கொண்டு வேகவேகமாக சட்டையின் பொத்தான்களை மேலிருந்து கீழாக பூட்டத் தொடங்கினாள்.

இத்தனை நேரமாக மின்னலிடம் மண்டியிட்டு கொண்டிருந்த அவளின் மனம், அவனைப் பற்றி மட்டும் சிந்திக்காமலா இருந்திருக்கும்.

அருகிலிருக்கும் அவனுடைய கண்கள் மீது, கவனத்தின் மீதிருந்த பயத்தை காட்டிலும் அவனுடைய கைகளின் மீதும் குணத்தின் மீதும் அவளுக்கிருந்த பயம் அதிகம்.

அவளின் கைகள் சட்டையின் கடைசி பொத்தானை தொட்டவுடன் பளீர் என்று மின்னல் மின்னியது.
அவளின் கண்களுக்கு தென்பட்டக் காட்சி மனதிற்கு தெம்பூட்டியது,

வதனத்தில் வியர்வை நீங்கியது.

அவன், அவளுக்கு எதிர்திசையில் ஒருக்களித்து சுவற்றின் பக்கம் தலைவைத்து படுத்திருந்தான்.

அவனுக்கும் சுவற்றுக்கும் நடுவில் யாரோ இருப்பது போல் தோன்றியது, கவனிப்பதற்குள் மின்னலில் மின்வெட்டு ஏற்பட்டது.

“ரொம்ப தேங்க்ஸ் சார்...
டிரஸ் மாத்திட்டேன்”

இதைக் கேட்டவுடன் பிறைமார்பன் கவனமாக மேஜை மீதிருந்த விளக்கை மீண்டும் ஏற்றினான்.

அதை தொடர்ந்து ஒரு மெழுகுவர்த்தியும் ஏற்றப்பட்டு, சுவற்றின் மாடத்தில் பிறைமார்பனால் வைக்கப்பட்டது.

அறையில் முழு பௌர்ணமி நிலவை வெளிர் மேகம் மறைப்பது போல மிதமான வெளிச்சம் சூழத் தொடங்கியது.

அவனுடைய மேஜை நாற்காலியை அவளுக்கு கொடுத்துவிட்டு, அவன் கட்டிலில் அமர்ந்தான்.

குழந்தை மின்மினியின் மெல்லிய ஒளியில் அவள் முகத்தை முழுமையாக பார்க்கத் தொடங்கினான் பிறைமார்பன்.

சற்றும் தயங்காமல் கண் இமைக்காமல் அவளையே பார்த்துக் கொண்டிருந்தான்.

எனது கண்களும் உனது கண்களுக்கு சளைத்ததல்ல என்று போட்டி போட்டுக்கொண்டு அவளுடைய கண்களும் அவனையே பார்த்துக் கொண்டிருந்தது.

எரியும் மெழுகின் உயரம் ஒரு நெல் அளவு குறையும் மட்டும் இருவரும் பார்த்துக் கொண்டே இருந்தார்கள்.

அவர்களின் கண்களுக்கு இடையில் திடீரென்று பாய்ந்த மின்னல், இருவரையும் கண் சிமிட்ட

செய்தது, பிறைமார்பனுக்கு மட்டும் ஒரு படி மேலே சென்று அவனுடைய சிந்தையையும் சேர்த்து சிமிட்டி விட்டது.

நீங்க....

நீ....

சீத்தா....

"உங்களுக்கு எப்படி தெரியும்"

என்ற இயல்பான மன குரலை கீழுதடு வரையிலேயே நிறுத்திவிட்டு ஆச்சரியத்தை சற்று குறைவாகவே வெளிப்படுத்திக் கொண்டு நாற்காலியை விட்டு எழுந்து நின்றாள் சீத்தா.

அவளுடைய கண்கள் சென்ற வழித்தடத்தை பின் தொடர்ந்து அவனுடைய கண்களும் பிறைமார்பனின் உடலை தூக்கி எழும்பி நிற்க வைத்தது.

ஆழ்ந்த சிந்தனையில் வெகு தூரம் பின்னோக்கி சீத்தாவின் நினைவுகள் காலப்பயணம் செய்து கொண்டிருந்ததை அவளின் முகம் காட்சிப் படுத்திக் கொண்டிருந்தது.

சிறகின் அசைவை நிறுத்திய காக்கை பூமி மீது வந்தமரும் நேரமிருக்கும் என்று நினைக்கிறேன்.

இருவரும் ஒரே பாய்ச்சலில் தாவி இறுக்கி அணைத்துக் கொண்டார்கள்.

சீத்தாவின் உதடுகளும் பிறைமார்பனின் உதடுகளும் போட்டிபோட்டுக்கொண்டு மோதிக் கொண்டது முத்தங்களால்,

சற்று நேரத்திற்குமுன் இரவையும் இரவாடிகளையும் தனது சிணுங்கலாலும் முணுங்கலாலும் வெட்கத்தில் ஆழ்த்திய காதலர்களை, விட ஆயிரம் மடங்கு மேலாக இவர்கள் இருவரும், அந்த அறை விளக்கையும் அறையின் அரை பௌர்ணமி ஒளியையும் வெட்கத்தில் புதைத்துவிட்டு, சுவர்க்க லோகத்தில் அடி எடுத்து வைத்தார்கள், காமதேவன் கண்மூடினான்.

நிர்வாணமாக படுத்துக் கொண்டாள்

"என்னால முடியாது ஐ காண்ட் டு திஸ்"

என்று கோபத்தின் உச்சத்தில் கல்லூரி பேராசிரியரிடம் சீத்தா சப்தம் போட்டுக்கொண்டிருந்தாள்.

"கோபப்படாத சீத்தா நான் சொல்றத கேளு"

"ஸ்டாப் திஸ் நான்சென்ஸ்...
உங்களுக்கு கொஞ்சம் கூட மனசாட்சியே இல்லையா...
உலகம் தெரியாத சின்ன குழந்தைங்கள...

ஏன் இப்படி இதுக்குள்ள புஷ் பண்றீங்க"

என்று மேலும் கோபமுற்றவளாய் சீத்தா அருவருத்து கொண்டாள்.

"ரொம்ப பண்ணாத சீத்தா....
எனக்கும் கோபம் வரும்"

என்று கல்லூரி பேராசிரியை சற்று முகம் சிவந்து படி பேசினாள்.

"உங்க கோபம் என்ன என்ன பண்ணும்...
திஸ் இஸ் யுவர் லிமிட்...
இதோட நிறுத்திக் கோங்க...

நான் போன வருஷமே சொல்லிட்டேன்... இதுக்கு மேல
என்னால உங்களுக்கு சப்போர்ட் பண்ண
முடியாதுன்னு...
திரும்பவும் எதுக்கு என்ன டார்ச்சர் பண்றீங்க"

என்று எண்ணெயில் பொரியும் கடுகாய் வெடித்து சிதறினாள் சீத்தா.

“நீ இத பண்ணிதான் சீத்தா ஆகனும்”

என்று கோபமாக உத்தரவிட்ட படி தொலைபேசியை எடுத்து

“கம் டு மை கேபின் பாஸ்ட்”

என்று சொல்லிவிட்டு கோபத்தில் ஒரே பார்வையாக சீத்தாவை பார்த்தபடி நாற்காலியில் மிடுக்காக அமர்ந்து இடதும் வலதுமாக சுழன்றாள் பேராசிரியை.

சற்று நேரத்தில் அந்த கண்ணாடி அறையின் கதவு தட்டப்பட்டது.

“எக்ஸ்கியூஸ் மீ மேடம்”

என்ற வார்த்தைகளோடு ஆபீஸ் பாய் வந்து நின்றான்.

“செகண்ட் இயர் ல இருந்து ஒரு அஞ்சு கேர்ள்ஸ வர சொல்லுங்க... குயிக்”

என்று ஆபீஸ் பாய்க்கு உத்தரவிட்டாள் பேராசிரியை.

சீத்தாவின் கண்களிலிருந்து வெளிப்பட்ட உஷ்ணம் அந்த குளிரூட்டப்பட்ட அறையையே அனலாக்கிக் கொண்டிருந்தது.

“எக்ஸ்க்யூஸ் மீ மேம்...
மே ஐ கெட் இன்”

என்று ஒரே சமயத்தில் பல இளம் பெண்களின் குரல் கேட்டு பேராசிரியையை கண்களால்

எரித்துக்கொண்டிருந்த சீத்தா, பரிதாபமாக திரும்பிப் பார்த்தாள்.

"கெட் இன் கெட் இன்"

என்ற பேராசிரியையின் வார்த்தை கேட்டு மரியாதையுடனும் சற்று பயத்துடனும் மாணவிகள் வரிசையாக உள்ளே வந்தனர்.

"லிசன் ம்மா....
இவங்க சீத்தா..
லேட்ரல் என்ட்ரி
ஒரு அக்ஸிடெண்ட்ல
இவங்களோட பேமலில
எல்லாருமே எறந்துட்டாங்க,,
சோ...
கொஞ்சம் கேர் பண்ணி பாத்துக்கோங்க... சரியா..."

என்று அன்பும் அக்கறையும் ததும்பத் ததும்பப் பேசினாள் பேராசிரியை.

திமிரையும் நகைப்பையும் ஒரு சேர முகத்தில் கலந்து ஒரே பார்வையில், பேராசிரியையின் மனதில் கால் மிதியை கொண்டு ஓங்கி அறைந்து விட்டு, அந்த அறையை விட்டு மாணவிகளுடன் வெளியேறினாள் சீத்தா.

மெழுகுவர்த்தி முற்றிலுமாக கரைந்து கரைந்து தூரத்து நட்சத்திரம் போல இருந்தும் இல்லாமலும் ஒளிவீசிக் கொண்டிருந்தது.

அடை மழையும் சற்று ஆவேசம் குறைந்து மெல்லிய தூறலாக மாறி பிறைமார்பினையும் சீத்தாவையும் போலவே இளைப்பாறிக் கொண்டிருந்தது.

சீத்தாவின் ஈர ஆடைகள் பெய்த பெருமழையால், தரையில் தேங்கிய சில ஏரிகளும் குளங்களும் சீத்தாவின் முதுகால் மூடப்பட்டும் பிறைமார்பனின் பாரத்தால் சிறைபடுத்தப்பட்டும் இருந்தது.

சீத்தாவின் வலது காதோடு ஒட்டியிருந்த அவனுடைய கண்ணம் சற்று அசைந்து

"என்னாச்சு...
ஏதாச்சு ப்ராப்ளமா...
இந்த நேரத்துல...
தனியா...
இங்க என்ன பண்ற....
எப்படி வந்த இங்க...."

என்ற கேள்விகளை ஒவ்வொன்றாக அவள் காதின் சுரங்கப்பாதையில் நடக்க விட்டுக் கொண்டிருந்தது.

"என்ன வெளிய போலீஸ் பரபரப்பா தேடுராங்க"

"அது வழக்கமா நடக்குறது தானே"

"இல்ல இல்ல....
நாட் ஃபார் தட்...
அதுக்காக இல்லை..."

"பின்ன எதுக்கு தேடுராங்க"

"சொல்றேன் அதுக்கு முன்னாடி ஒரே ஒரு டவுட்"

"என்ன டவுட்...
இந்த நேரத்துல...
அதுவும் இந்த கோலத்துல..."

"இங்க நீங்க மட்டுமா இருக்கீங்க"

"இல்லையே என் பையனும் இங்கதான் இருக்கான்"

"நான் இப்போ பாக்கலாமா"

"வேணாம் தூங்குறான் காலையில பாரு"

"அந்தளவுக்கு... என் மனசு இன்னும் கல்லா மாறல"

என்று சொல்லியபடியே தன் மார்புகளோடு ஒட்டியிருந்த பிறைமார்பனை கீழே தள்ளிவிட்டு, ஒருகையால் கட்டில் மேல் ஊன்றி முதுகால் மூடப்பட்டிருந்த ஏரிகளுக்கும் குளங்களுக்கும் குட்டைகளுக்கும் விடுதலை கொடுத்துவிட்டு, மெத்தையில் உறங்கிக்கொண்டிருந்த ஐந்து வயதே ஆகிய பிறைமார்பனின் குழந்தையை அணைத்தபடி நிர்வாணமாகவே படுத்துக்கொண்டாள் சீத்தா.

காவல்துறை பரபரப்பு

விர்ர்.... விர்ர்.... என்று கைப்பேசி அவளின் தலைக்கு அருகில் சிணுங்கலுற்றுக் கொண்டிருந்தது. கைபேசியின் விர்ர்ரை உணராமல் ஆழமாக உறங்கிக் கொண்டிருந்தாள்.

அமைதியான வேகத்திலேயே மீண்டும் ஒருமுறை கைபேசி விர்ர்...விர்ர்... என்று சிணுங்கியது.

இந்த முறை கைபேசியின் சிணுங்கல், அவள் காதின் தோடுகளை தீண்டியதால், விர்ர் உணரப்பட்டு சட்டென்று கண்விழித்து கைப்பேசியை எடுத்து

"ஹலோ"

என்றாள் பேராசிரியை.

“ஹலோ மேடம்...
நான் எஸ் ஐ காளிமுத்து பேசுறேன்...
த்திரி ஆர்ஸ்சா தேட்றோம் மேடம்...
அந்த பொண்ண எங்கேயும் காணல
கரண்ட் வேற இல்ல மேடம்...”

“சார் கால்லக்குள்ள நீங்க அவள புடிக்கலனா...
தேவை இல்லாம...
எம்பி, மந்திரிலாம்
தலையிடர மாதிரி ஆயிடும் பாத்துக்கோங்க...
சொல்லிட்டேன் அப்பறம் உங்க இஷ்டம்...”

என்று சொல்லிவிட்டு சட்டென்று கைபேசியின் அழைப்பைத் துண்டித்தாள் பேராசிரியை

“ச்ச ஒரு சாதாரண பெட்டி கேஸ்...
இத காலேஜிலியே பேசி தீக்காம...
தேவையில்லாம கேச குடுத்து...
எம்பி மந்திரின்னு சொல்றா அந்த பொம்பள... இதுக்கு
அந்த ஏசி வேற சப்போர்ட்...”

என்று தனக்குத்தானே புலம்பிக்கொண்டு

“யோவ் இன்னும் எவ்வளவுயா பெண்டிங் இருக்கு...”

“ஐயா... இன்னும் மூன்னு ஏரியா தான் ஐயா பேலன்ஸ்...
அங்க செக் பண்ணா புடிச்சிடலாம் ஐயா...”

“ஆமா புடிச்சு கீச்சுடுவ...”

“எத்தனை வருசமா கான்ஸ்டபிளா இருக்க...”

“ஐயா பதிமூன்னு வருஷமா...”

“அஅ... பதிமூன்னு வருஷமா கான்ஸ்டபிளா
இருக்கியே...
ஒரு நாள்ளாச்சு கான்ஸ்டபிள் ஓட....
ரோல்ஸ் அண்ட் ரேஸ்பான்சிபிலிடீஸ் என்ன படிச்சு
பார்த்து இருக்கியா...”

“என்னய்யா அமைதியா இருக்க”
“இல்ல ஐயா...”

“பாரு...
உன் வேலை என்னனே உனக்கு தெரியல...
நீ எல்லாம் என்ன மயிர புடுங்குறதுக்கு போலீஸ் ல
இருக்க...”

என்று கடித்துவிட்டு சிறிது நேர அமைதிக்குப் பின்

"யோவ் வண்டிய ஓரமா நிறுத்துயா..."

என்றார் எஸ்ஐ காளிமுத்து.

தலையில் கைவைத்தபடி ஆழ்ந்த சிந்தனையில் சற்று நேரம் இருந்த காளிமுத்து சட்டென்று சொடக்கிட்டு.

“நம்ம தெரு தெருவா அவளத் தேடுனது போதும்...,
அவ வெளியில பதுங்கியிருந்தா இவ்ளோ மழைக்கு
இந்நேரம் கண்டிப்பா வெளிய வந்து இருக்கணும்...,
கண்டிப்பா அவ ஏதோ ஒரு வீட்டுக்குள்ள தான் பதுங்கி
இருக்கணும்...
அதனால...
ஒரு வீடு விடாம...
எந்த எந்த வீட்டு வாசல்லாம் பொம்பள செருப்பு
கடக்குதுன்னு பாருங்க...
அந்த எல்லாரும் வீட்டுக்கு உள்ளேயும் போய்
தேடுங்க...”

என்று கட்டளை இட்டு விட்டு.

“யோவ் டிரைவர் குளுருக்கு எதமா ஏசிய கதகதன்னு
வையா நான் கொஞ்ச நேரம் தூங்குறேன்...”

என்று அவர் இருக்கையை சற்று சாய்த்து தனது இருக்கையிலேயே உறங்கத் தொடங்கினார் காளிமுத்து.

வாகனத்தை விட்டு இரண்டு கான்ஸ்டபிள் வெளியில் வந்தார்கள். சற்றுமுன் வெளிவந்த வயதில் இளையவனான காளிமுத்துவின் கட்டுப்பாடற்ற வார்த்தைகளால் சிறிது கொதிப்புடனும் வேகத்துடனும் இருந்தார்கள்.

"யோவ் இன்னும் ஒரு மணி நேரத்துல...
இங்க இருக்க எல்லா வீட்லயும்...
செக் பண்ணி அவள கண்டுபுடிச்சு...
நான் புடுங்குன மயிரா பார்ரா...
காளிமுத்து ன்னு சொல்லல...
நான் ஒரு அப்பனுக்கு பொறக்களயா..."

என்று வேக வேகமாக சப்தமாக சபதம் செய்து கொண்டு இரண்டு கான்ஸ்டபிள்களும் காவல்துறையின் ஒட்டுமொத்த பரபரப்பையும் திரட்டிக்கொண்டு திக்குதிசை விடாமல் தேடத் தொடங்கினார்கள்.

நிழல் கோட்டை

கதிரவன் உச்சந் தலைக்கு நேரே எரிந்து கொண்டிருந்தான். காலையிலிருந்து நடந்து நடந்து துவண்டுபோன அவனுடைய கால்கள் அவனிடம் ஆலோசிக்காமலேயே ஒத்துழையாமை இயக்கத்தில் சேர்ந்து கொண்டது.

இவ்வாறு ஓய்வில்லாமல், இந்த உச்சி வெயிலில் மேலும் நடந்தால் உடலில் உள்ள பாகங்கள் அனைத்தும் ஒத்துழையாமை இயக்கத்தில் சேர்ந்து விடும் என்ற உண்மை புரிந்து விட்டது என்று உணர்கிறேன்,

அவன் சாலையோர கொன்றை மரத்தின் கீழ் தன் முதுகு சுமையை இறக்கி வைத்துவிட்டு அமர்ந்தான்.

அவன் தோல்ப்பையில் **இரண்டு வேட்டி, இரண்டு சட்டை, ஒரு டைரி, சில ரூபாய்கள் மற்றும் சில ஆணுறைகள்** இருந்தது.

தனது தோல் சுமந்து வந்த பொருட்களை தன்னுடைய தலையை சுமக்கும்படி செய்துவிட்டு, காலையும் கையையும் விசாலமாக அந்தக் கரிசல் பூமி மீது நீட்டிவைத்துவிட்டு, கண்களை திறந்து கொண்டு ஓய்வெடுக்க தொடங்கினான்.

கதிரவனின் கனல் படைகளை, தன் கிளைகளாளும் இலைகலாளும் தடுத்து நிறுத்தி தினந்தோறும் போரில் வெற்றி வாகை சூடி கொண்டிருக்கும் கொன்றை, இன்றும் தனது நிழல் கோட்டையை பாதுகாக்க தவறவில்லை.

நிழல் கோட்டையின் சுவர்களும் சிப்பாய்களும் உறுதியாக தன் பணிகளை செய்து கொண்டிருக்க, நிழல் கோட்டைக்குள்ளே அவனும் அவன் தோல்ப்பையும் ஓய்வு என்ற வார்த்தைக்கு பொருள் தேடிக் கொண்டிருந்தார்கள்.

அவன் இமைகளும் ஒத்துழையாமை இயக்கத்தில் சேர்ந்து கொண்டு, அவனுடைய கண்களை மூடத் தொடங்கியது.

சற்று நேரத்திற்கெல்லாம் தூக்கம் அவனை ஆட்கொண்டது.

பெரிய அளவிலும் இல்லாமல் சிறிய அளவிலும் இல்லாமல் ஒரு மிதமான அளவில் குறட்டையும் அவனை ஆட்கொண்டது.

"நித்ரா தேவியோடு ஆழ்ந்த உடலுறவில் ஈடுபட்டுக் கொண்டிருந்தான்"

கொன்றை மரமும் தனது பூக்களால் அவனுக்கு போர்வை போர்த்த முயற்சித்ததோ என்னவோ தெரியவில்லை, ஆனால் அவன் மீது பூக்களை உதிர்த்துக் கொண்டே இருந்தது.

கதிரவனின் கனல் படைகள் முற்றிலுமாக மேற்கு திசையில் பயணித்து, துவண்டுபோன போர் வீரர்களை கொண்டு அயராமல் நிழல் கோட்டை மீது தாக்குதல் செய்து கொண்டிருந்தது, இருந்தபோதும் நம் கொன்றை படைவீரர்கள் ஒன்றும் சளைத்தவர்கள் அல்ல நிழல் கோட்டையையே முற்றிலுமாக கிழக்கு திசையில் நகர்த்தி வைத்திருந்தார்கள். ஆனால் அவனையும் அவன் தோல்ப்பையும் மட்டும் நகர்த்த மறந்துவிட்டார்கள்.

கதிரவனின் கனல் படைவீரர்கள் அவனை சுற்றி வளைத்து விட்டார்கள்.

படைவீரர்கள் துவண்ட நிலையில் இருந்ததால் நித்ரா தேவியையும் அவனையும் பிரிக்க முடியவில்லை. அதேசமயம் தேய்ந்துபோன கைத்தடி ஒன்று அவன் மார்பின் மீது பாய்ந்து, நித்ரா தேவியையும் அவனையும் பிரித்தது.

திடுக்கிட்ட அவனின் கண்ணெதிரே ஆட்டுமந்தையும் கைத்தடி கொண்ட ஒரு வயதான பாட்டியும் தென்பட்டார்கள்.

"இன்னா ஊர் நீ...
வெய்ய காய்ரது தெரியாம தூங்குற...''

தூக்கம் தெளியாமல் சற்று நேரம் அமைதிகாத்தான்.

தலையில் கை வைத்து சற்று குனிந்து, அவனுடைய முகத்தை அருகாமையில் பார்த்துவிட்டு

"பால்சாமி மவனா நீ...
பட்டனத்துல இருந்து இப்பதான் வரியா...

ஆ,...

தொண்டையில ஆட்டுப்புழுக்க வெச்சிகிரயா...
நீ ஆர்ரு...
சொல்லு யா... வேல கிடக்கு...''

''நான் பால்சாமி மயன் இல்ல...
நான் ஊருக்கு புதுசு ... என் பேரு...''

''எதும் வெளங்கல என்னாது...''

என்று துகரத்தை சற்று தூக்கலாக இழுத்தாள்

''நான் ஊருக்கு புதுசு...''

"ஆ...."

"ஊருக்கு புதுசு... ஊருக்கு புதுசு..."

"ஊருக்கு புதுசா... ஆர் வூட்டுக்கு வந்த..."

"மாலா....

மாலா....

மாலா வூட்டுக்கு வந்தன்..."

"ஆ..."

என்று சற்று அவளுடைய காதை அவன் வாயின் திசை நோக்கி நகர்ந்தி வைத்தாள் பாட்டி,

"மாலா...மாலா... பாட்டி...."

"மாலா வூட்டுக்கு வந்தவனா நீ...

அதான் ஒன்னும் முடியாம...
வெய்ய மூக்குல முட்ரது கூட தெரியாம படுத்து கெடக்கியா...?
நாலாம் மாலா வயசுல...
எத்தன எத்தன பயில்வான தொவுண்டு வுழ வெச்சிருக்கேன் தெரியுமா...
அதெல்லாம் ஒரு காலம்...
இப்ப நடக்கவே முடியல...

ம்ம்..."

என்று சலித்த படி கைத்தடி நகரத் தொடங்கியது.

"பாட்டி.... பாட்டி...

ஆயா..

ஏ கெழிவி..''

என்று உரக்க கத்தினான், பாட்டியின் காதுகளும் ஒத்துழையாமை இயக்கத்தில் சேர்ந்து கொண்டது என்று நினைத்துக் கொண்டு வேகவேகமாக தன் தோல் பையை எடுத்துக் கொண்டு பாட்டிக்கு எதிரில் இரண்டே பாய்ச்சலில் நின்றான்.

“பாட்டி...
மாலா வூட்டுக்கு ....''

“ஆ....''

“மாலா வூட்டுக்கு...
மாலா வூட்டுக்கு....
வழி...
வழி எப்படி...''

“வழியா...
அதோ நடுவாமத்தில..
ஒரு காட்டுவா மரம் தெரியுது பார்...
அதுக்கு கெழக்கால போ...
அங்குட்டு...
தனியா ஒரு வூடு தான் இருக்கும்...
அதான் மாலா வூடு...''

என்று கைத்தடி கதைத்துக் கொண்டிருக்கும் போதே அவனுக்கும் அந்த காட்டுவா மரத்திற்குமிருந்த தூரத்தை எண்ணி மலைத்துக் கொண்டிருந்தான்.

“மாலா வூட்டுக்கு போவாமலே இப்படி கடக்குறான்....
அவகிட்ட போய் எப்படி.. போவ போறானோ...
இந்த காலத்து ஒடம்புலாம்...''

என்று புலம்பியபடியே கைத்தடி நகர தொடங்கியது.

இங்கிருந்து பார்க்கும் பொழுது அருகம்புல் உயரம் தெரியும் அந்த பிரம்மாண்ட காட்டுவா மரத்திற்கு எப்படி நடந்து செல்வது என்ற தயக்கத்தோடு மலைத்தபடி பாதங்களை நகர்த்தினான்.

இதுவரை அவன் பயணித்த மண் சாலையை விட்டு பக்கவாட்டில் கீழிறங்கி, கால்மிதியடிகளை கழற்றி கையில் எடுத்துக்கொண்டும், தோல் பையை தோலில் மாட்டிக்கொண்டும், பரந்துவிரிந்த கரிசல் பூமியின் வயக்காட்டில் நடக்கத் தொடங்கினான்.

மாலாவின் இசை

கதிரவன் தன் படைவீரர்களோடு, அடுத்த ராஜ்யத்தை நோக்கி பயணித்துக் கொண்டிருந்தான்.

கதிரவனின் பின்வாங்கலால் கொஞ்சும் கிளியும், தென்றல் காற்றும், கரிசல் பூமியின் வாசமும், சிதறிய விண்மீன்கலாய் ஆடுகளும், மாடுகளும் கரிசல் பூமியை வண்ணமயமாக மாற்றிக் கொண்டிருந்தது.

ஒருகையில் சப்பாத்து, முதுகில் தோல் பை மற்றொரு கையில் தென்றலோடு விளையாட்டு, கால்களால் கரிசலோடு குத்தாட்டம் என முடிசூடிய மன்னனாய், அவன் கண்களுக்கு தெரியும் அனைத்தையும் இரசித்தபடி, புது உத்வேகத்தில் காட்டுவா மரத்தை நோக்கி பயணித்துக் கொண்டிருந்தான்.

"மாலை நேரத்தின் அழகை காட்டி, இயற்கையானவள் நம்மை மயக்கி முந்தியில் முடியும் வேலை அது"

அவள் முந்தானை முடிச்சில் நானும், என் தமிழும், என் எழுத்தும், என் கற்பனையும், என் கதாபாத்திரமான அவனும் சற்று நேரம் சிக்கிக் கொண்டோம்.

வரப்பில் வரிசையாக வளர்ந்திருக்கும் நீர் முள் குத்தி என் கதாபாத்திரம்,

"ஸ்.... ஆ...."

என்று சப்த்தமிட்டதால் நானும், என் கற்பனையும், கவனம் பெற்று அவனை பின்தொடர தொடங்கினோம்.

வானில் வாழை கறை படியத் தொடங்கியது, பகலும் இரவும் ஒருவருக்கொருவர் அணைத்து தழுவியபடி நின்று கொண்டிருந்தார்கள்.

அந்த இளம் இருளில், காட்டுவா மரத்தை வந்தடைந்தான்.

அங்கிருந்து கிழக்கில் சற்று தூரத்தில் ஒரு கூரை வீடு தென்பட்டது. கூரை வீட்டை குறி வைத்து வேக வேகமாக அவன் பாதங்கள் பாய்ந்தன.

"ஏங்க.... ஏங்க...."

என்று வீட்டிற்கு முன் நின்று உரக்க அழைத்தான்.

முதுமை பட்டும் படாமல் தொட்டிருக்கும், ஒரு நடுத்தர வயதுடைய பெண் கையில் துடைப்பத்துடன் வெளியில் வந்தாள்

"நீயா...

எதுக்கு வந்த இங்க...
என் ஊடு உனக்கெப்படி தெரியும்.."

"கோவப்படாதீங்க மாலா....
நான் உங்கள தொந்தரவு பண்ண வரல..."

"பின்ன எதுக்கு வந்த...
ஆறு மாசமா என் உயிரை எடுத்தது பாத்தலையா உனக்கு..."

என்று கோபித்த படி கையில் இருந்த துடைப்பத்தின் அடிப்பகுதியை உள்ளங்கைகளால் முரைத்தபடி இரண்டு தட்டு தட்டினாள்.

"சாரி மாலா கோச்சுக்காதீங்க...

உங்களுக்கு என்ன ஆச்சு....
ஏன் ஒரு மாசமா டவுன் பக்கமே வரலன்னு தான்...''

என்று சொல்லி முடிப்பதற்குள் மாலா

''என்ன மாதிரி இளிச்சவாய் எவளும் கெடச்சிருக்க மாட்டா அதான் ஆட்டிக்குண்ணு வண்ட பலுக்குது...''

''ரொம்ப தூரம் நடந்து வந்தது முடியல எனக்கு பசிக்குது...
சாப்புட எதாச்சும் இருக்கா...''

என்று அவன் ஏக்கமாக கேட்டான்.

''கைய கால கழுவிக்கினு
திண்ணையில ஒக்காரு...
எடுத்தாரன்...''

என்று சற்று தன்மையாக சொல்லிவிட்டு துடைப்பத்தை கீழே வைத்துவிட்டு உள்ளே சென்றாள்.

வீட்டுத் திண்ணையில் கால்மிதியடியையும், தோல் பையையும் வைத்துவிட்டு, வாசல் அருகில் வைத்திருந்த பாதி உடைந்த மண் பானையில் உள்ள நீரில் முகம் அலம்பி விட்டு, அதே நீரை அருந்தி சற்று தாகம் தணித்துக் கொண்டு, திண்ணையில் வந்து அமர்ந்தான் அவன்.

கர் கர்.... என்று சோற்றுப் பானையை சுரண்டும் சப்தம் கேட்டது, சற்று நேரத்தில் அவள், சோற்று தட்டை கையில் கொண்டு வந்து கொடுத்தாள்.

சோற்று தட்டை வாங்கிய வேகத்தில் சோற்றைப் பிசைந்து சாப்பிட தொடங்கினான்

''சோத்த துன்னம்மா வந்தவழியே போனமான்னு...

இருக்குற...
அத வுட்டுட்டு பொண்ணு வேணும் மயிறு
வேணும்னு...
என் உயிர எடுத்த...
அவ்வளவுதான்...
சொல்லிட்டேன்..."

"ரொம்ப இருட்டிடுச்சு வெளக்கேத்தன்..."

என்றான் அவன்.

அகோரமான பார்வையில் அவனை முறைத்தபடியே உள்ளே சென்று ஒரு காடா விளக்கும் வெளியில் ஒரு இராந்தல் விளக்கும் ஏற்றி வைத்தாள் மாலா.

"எப்படி மாலா கரண்ட் இல்லாம வாழுர..."

"என் பொழப்பே இருட்டுலதான் அப்புறம் எனக்கு
எதுக்கு லைட்டு கரண்டு..."

"இல்ல ஒரு சேப்டிக்கு சொன்னேன்...
குடிக்க கொஞ்சம் தண்ணி குடேன்"

"கொழுப்பு எடுத்துப் போய் தான் வந்துகுரன்னு
நெனைக்கிறேன்..."

என்று மீண்டும் முறைத்தபடி உள்ளே சென்று தண்ணீர் கொண்டு வந்தாள், சட்டென்று தண்ணீரை வாங்கிக் குடித்துவிட்டு.

"எப்படி இருக்க மாலா...
நல்லா இருக்கியா...
சாட்டியா..."

"சாட்டன்... சாட்டன்..."

"ஏன் நிக்கிற இப்படி திண்ணைல ஒக்காரு..."

என்றவுடன் பொறுமையாக அவனை பார்த்தபடி மாலா திண்ணையில் அமர்ந்தாள்.

"என்ன ஆச்சு மாலா...
ஏன்..?
ஒரு மாசமா டவுன் பக்கமே...
ஆள காணோம்..."

"வர கெராக்கி எல்லாம்...
இளசுகலா கேக்குதுங்க...
என்னை எவன் கூப்பிடறான்...
டெய்லி ராத்திரி பூரா...
நின்னு...
நின்னு...
மூட்டுவலி வந்ததுதான் மிச்சம்...
ஒருவாரம் பாத்தேன்...
எவனு கூப்பிடுற மாரி தெரியல...
அதனால இப்ப எங்கேயும் போறதில்ல...
ஊட்டோட சரி...
ஊர்க்காரன் எவனாச்சும் வந்தா உண்டு இல்லனா...
அதுவும் இல்ல...
பட்டினிதான்..."

என்று சோகமாக தரையை பார்த்தபடி கண்கலங்கிய மாலா சற்று அமைதிக்கு பிறகு

"படுக்கிற தொழில்ல...
பொம்பளைக்கு மட்டும்தான்...
வயசாகுது...
ஆம்பளைங்க எல்லாம்...
இருபது வயசு வேகத்திலேயே தான்... இருக்கிறீங்க..."

என்று சொல்லியபடி அவள் கழுத்தோரம் இருந்த நகக்கீரலை தேய்த்துக்கொண்டாள்.

சில கணம் அவளை ஏறெடுத்துப் பார்த்துவிட்டு தட்டில் இருந்த சோற்றை முழுமையாக வழித்து விட்டு உடைந்த பானை நீரில் கையையும், தட்டையும் அலம்பி விட்டு, நீரை அருந்திவிட்டு, அவளருகில் வந்தான்.

"இந்தா தட்டு...
குடிக்க இன்னும் கொஞ்சம் தண்ணி குடேன்..."

என்று கேட்டவுடன் அவள் உள்ளே சென்று மீண்டும் அவனுக்கு தண்ணீர் கொண்டு வந்து கொடுத்தாள்.

திண்ணையில் அமர்ந்து நீர் அருந்தும் அவனைப்பார்த்து

"காலையில சொல்லிக்காம போயிடு...
அதான் உனக்கு நல்லது..."

என்று விரக்தியாக சொல்லிவிட்டு உள்ளே செல்ல தயாரானால் மாலா.

"நைட்டுக்கு உனக்கு சாப்பாடு...?"

என்று அவன் அக்கறையாக கேட்டதை பார்த்து சிரித்துக்கொண்டே உள்ளே சென்றாள்.

இத்தனை நேரம் இவர்கள் பேசியதை கேட்டு திண்ணையில் எரிந்துகொண்டிருந்த இராந்தல் சற்று மங்கிய நிலையில் இருந்தது.

அதை மேலும் மங்கச் செய்து, தலைமாட்டில் வைத்துக்கொண்டு அவன் உறங்க தொடங்கினான்.

மாட்டு சாணம் தெளித்து தினந்தோரும் சீரமைக்கும் வாசல் என்பதால், அந்த முன்னிரவின் நிலவொளியில்

வெள்ளை வேட்டி விரித்து வைத்ததைப் போல அவளின் குடிசை வீட்டு வாசல் பிரகாசித்தது.

அவன் மாலையில் கடந்துவந்த கரிசல் ராஜ்யம் நினைவுக்கு வந்தது.

கொஞ்சும் கிளிகள் ஏராளமாக பறந்து கொண்டிருந்தது.

பல வண்ணத்தில் பச்சைக்கிளிகள் அவனை சுற்றி வட்டமிட்டது, சில கிளிகள் அவனோடு பேசத் தொடங்கியது, சில கிளிகள் அவன் தோள்மீது மாறி மாறி அமர்ந்து விளையாடிக் கொண்டிருந்தது.

ஒரு கிளி தன் அலகை வைத்து அவன் கன்னத்தை தேய்த்துக் கொண்டிருந்தது, ஒரு கிளி தன் அலகைக் கொண்டு அவன் தலை முடியை கோதிக்கொண்டிருந்தது, தன் தலை முடியை கோதும் கிளியை முத்தமிட என்னி கையில் பிடித்தான் ,

திடுக்கிட்டான்

அது ஒரு கை

பெண்ணின் கை

மாலாவின் கை

"என்ன பண்ற மாலா..."

என்று பதட்டத்தோடு பெருமூச்சு வாங்க எழுந்து உட்கார்ந்தான்

"பயப்படாத யா...
நா மாலா தான்..."

என்று சிறிது அமைதி காத்து விட்டு

“யோவ் சுப்புரமணி...
என்ன...
உனக்கு உண்மையிலேயே புடிக்குமா...
என்ன தேடி...
இவ்வளோ தூரம் வந்துகுர...”

“பின்ன இல்லையா மாலா...
டவுன்ல இருக்குற...
மொத்த கூட்டத்துலேயே...
நீ ஒருத்தி தான....
மனசுக்கு மரியாத கொடுக்கிறவ...
அதான்...
என் மனசு உன்ன தேடிக்கிட்டு...
இவ்ளோ தூரம் வந்துருச்சு...”

“தேடி வந்தவங்கள...
வெறுமனே திருப்பி அனுப்புனா...
அது பாவம்...
உள்ள வந்து இருந்துட்டு போ...”

“இல்ல மாலா...
நான் அதுக்காக வரல...”

“நீ எதுக்காக...
வந்திருப்பன்னு தெரியும் யா...
ஆனா...
என்னையும் நம்பி இவ்வுளோ தூரம்... வந்துருக்குற
பாத்தியா...
அதை நெனச்சா தான்...
சிரிப்பா இருக்குது...”

“இதுல என்ன சிரிப்பு...
எனக்கு நான் கேட்ட மாதிரி
கிடைக்கல நாளும் பரவால்ல...
உன்னை பார்த்த சந்தோஷமே...
போதும் மாலா...”

என்று சற்று அக்கறை கலந்த வார்த்தைகளால் அந்த வீட்டு திண்ணையையும், வீட்டு வாசலையும், அந்த இருளையும், அவளின் மனதையும் ஒருசேர நிரப்பினான் சுப்புரமணி.

சற்று நேரம் வரை பேச்சு சத்தம் எதுவும் இல்லை செவத்துகோழிகளின் கிர்... கிர்... மட்டுமே கேட்டது.

செவத்து கோழிகளுக்கு போட்டியாக சற்று வாய் திறந்த மாலா

"யோவ் சுப்புரமணி...
வெக்கத்தவுட்டு ஒன்னு கேக்குறேன்...
எனக்கு உன்கூட...
இருக்கணும் போல இருக்கு...
உள்ள வாயா..."

"இல்ல மாலா...
நான் கடவுள் சாட்சியாக....
அதுக்கு வரல...
என்ன பத்தி தான் உனக்கு தெரியுல..."

"தெரியும் யா...
அதனாலதான் கேட்டுட்டு இருக்கேன்...
வேற ஆம்பளையா இருந்திருந்தா...
இந்நேரம் கை வெச்சிருப்பேன்..."

"இல்ல வேணாம் மாலா...
போய் படு போ..."

என்று சொல்லிவிட்டு மீண்டும் திண்ணையில் படுத்து உறங்கத் தொடங்கினான் சுப்புரமணி.

சற்று அமைதிக்கு பிறகு,

"எங்க கஷ்டம் லா...
உனக்கு புரியாதுயா...

ஒரு நாளைக்கு...
கொரஜது இரண்டு பேர் மூணு பேர்ன்னு... போய்னு
இருந்துட்டு...
இன்னைக்கு வாரத்துக்கு...
ஒருத்தன்...
கெடைக்கிறதே...
பெரிய மலையா இருக்கு..."

"காசுலான்...
ஒரு மேட்டரா மாலா...
நான் உன்ன பாத்திருந்தா...
நானே கொடுத்திருப்பேனே...
நீதான் ஒரு மாசமா...
டவுன் பக்கமே வரல...
சரி போயிட்டு போவது...
என் பைல கொஞ்சம் காசு வச்சிருக்கேன்...
எனக்கு ஒரு 50 ரூபாய் மட்டும் வச்சுட்டு... மீதிய நீ
எடுத்துக்கோ..."

"அட போயா...
பெரிய மயிரு காசு...
உன் காசு யாருக்கு யா வேணும்..."

என்று சலித்தபடி மேலும் பேசினாள்,

"ஆம்பள ருசி தெரியாம கூட....
ஒரு பொம்பளயால...
வாழ்ந்துட முடியும் யா...
ஆனா தெனம் தெனம்...
விதவிதமான ஆம்பளைய...
ருசி பார்த்து...
வாழ்ந்த பொம்பளைய...
அதே ஆம்பளைங்க கண்டுக்காம...

தனியா ஒதுக்கி விட்டதுக்கு...
அப்பறம் வாழுற...
வாழ்க்க இருக்கே...
நரகம் யா...
ஒரு ஒரு நாள் ராத்திரியும்...
என் ஒடம்பு பசில துடிக்கும்...
நடுங்கும்...
சாமிகிட்ட...
ஒரே ஒரு ஆம்பளையாச்சும் குடுன்னு...
பிச்சை எடுக்கும்...

நான் பேசுறதெல்லாம்...
உனக்கு எச்ச தனமா தெரியலாம்...
ஆனா எச்ச தனமாக பேசினாலும்...
நான் உண்மைய பேசுறேன்...
ஆனா இங்க...
பல பேரு ரகசியமா பசிய தீத்துக்குனு... பொண்டாட்டி...
புருஷன்...
ஊரு...
ஒறவுன்னு...
எல்லார்க்கும்...
பொய்யா நடிச்சிகின்னு...
பொய்யான வாழ்க்கைய...
உண்மையான எச்சையா...
வாழ்ந்துகுனு இருக்காங்க..."

என்று சொல்லிவிட்டு சப்தமில்லாமல் திண்ணையை விட்டு எழுந்து உள்ளே செல்ல முற்பட்டாள்.

"மாலா...
நீயே போதும் போதும்னு...
சொல்ற வரைக்கும்...
நான் உன்கூடவே இருக்கேன்...
பக்கத்துல வந்து படு வா..."

என்று அவளின் கைவிரல்களை இறுக்கமாக பிடித்துக் கொண்டான் சுப்புரமணி

செவத்து கோழிகளின் கிர்... கிர்... சப்த்தத்திற்கு இடையில் மாலாவின் சில முணுங்கலும் சிணுங்கலும் மெட்டெடுத்து இசையமைக்க, அந்த இரவே மேலும் இரம்மியமாக மாறிக்கொண்டிருந்தது.

ஒரே போர்வை

கழற்றி விட்ட அவனுடைய வேட்டி சட்டையின் விலாசம் தேடி, இருளில் தரையில் மீன் பிடித்து கொண்டிருந்தான் பிறைமார்பன்.

அறையில் எரிந்து கொண்டிருந்த மெழுகு முற்றிலுமாக கரைந்து காணாமல் போனது.

மேஜை விளக்கு எண்ணெய் இல்லாமல் வெகுவாக மங்கி எரிந்துகொண்டிருந்தது.

பிறைமார்பன் தன் கை விரல்களை கண்களாக பயன்படுத்தி கடலுக்குள் முத்தெடுப்பதை போல தனது வேட்டியை கண்டறிந்தான்.

வேட்டியை கட்டிக்கொண்டு கட்டிலை பிடித்து, மெத்தை மீதேறி சீத்தாவை அணைத்துக் கொண்டு பிறைமார்பன்,

"சீத்தா...
இன்னும் 4,5 மணி நேரத்துல...
வெடிஞ்சிடும்...
உன்ன ஏன்...
போலீஸ் தேடுது...
என்ன ஏதுன்னு நீ சொன்னா தான்...
என்னால...
என்ன பண்ண முடியும்னு யோசிப்பேன்..."

"இது விஷயம் பெருசு...
நீங்க இன்டர்பியர் ஆக வேணாம்..."

"அப்படி என்ன பெரிய விஷயம்...
நீ சொல்லு...
நான் என்ன பண்ண முடியும்னு பாக்குறேன்..."

என்று சற்று உரக்க பேசினான் பிறைமார்பன்

"பொறுமையா பேசுங்க...
குழந்தை எந்திரிச்சுர போவுது..."

என்று சீத்தா அவன் காதின் அருகில் கிசுகிசுத்தாள்.

"சரி...
நீ என்ன பிரச்சனைன்னு சொல்லு..."

என்று குரல்வளையை பயன்படுத்தாமல் வெறும் காற்றை மட்டும் பயன்படுத்தி கிசுகிசு வென பேசினான்.

"அதெல்லாம் உங்களுக்கு...
சொன்னா புரியாது...
அத நீங்க...
தெரிஞ்சுக்க வேண்டிய அவசியமும் இல்ல..."

"போலீஸ் பிரச்சனை...
பெரிய பிரச்சனை னு சொல்ற...
அப்புறம் எப்படி...
தெரிஞ்சிக்காம இருக்கிறது...
வேற மாறி ஏதாச்சும் ஆச்சுனா...?"

"டோன்ட் கெட் பேனிக் ஓகே...
உங்களுக்கு ஒன்னும் ஆகாது...
இட்ஸ் மை ரெஸ்பான்சிபிலிட்டி...
நீங்க இன்னைக்கு...
ஒரு நைட் மட்டும்...
என்ன போலீஸ் கிட்ட இருந்து...
காப்பாத்தி குடுங்க...
தட்ஸ் எனாஃப் பார் மி..."

என்று மெல்லிய குரலில் பிறைமார்பனின் காதுகளுக்கு கட்டளை இட்டு விட்டு குழந்தைக்கு வாக்காக முகம் வைத்து படுத்தாள் சீத்தா.

மேஜை மீது அணையும் தருவாயில் அல்லல் பட்டுக் கொண்டிருந்த விளக்கை, சற்று தூண்டி விட்டு பிரகாசிக்க செய்துவிட்டு, அந்த பிரகாசத்தின் உதவியோடு மீண்டும் உள்ளே சென்று ஒரு வேட்டி ஒரு சட்டை கொண்டு வந்து சீத்தாவின் அருகில் வைத்துவிட்டு அவளுக்கும் குழந்தைக்கும் சேர்ந்தது போல ஒரு போர்வையை போர்த்தி விட்டு, சற்று வாசல் கதவிற்கு அருகில் சென்று கதவின் தாழ்ப்பாள் தரத்தை உறுதி செய்துகொண்டான் பிறைமார்பன்.

தாழிட்ட கதவுகளை ஒருமுறைக்கு இரு முறை சோதனை செய்துவிட்டு, வீட்டு ஜன்னல் கதவுகள் மற்றும் பின்வாசல் கதவுகளின் தாழையும் உறுதி செய்துகொண்டு, ஜன்னல் வழியாக சுற்றி முற்றி பார்த்து விட்டு
“எல்லாம் சரியாக இருக்கிறது” என்ற நம்பிக்கையுடன் படுக்கையில் வந்து அமர்ந்தான்.

“படுங்க சார்...
ரொம்ப பயப்படாதீங்க...
ஒன்னும் ஆகாது...”

என்று சற்று நக்கலாக சொன்னாள் சீத்தா

சீத்தாவின் வார்த்தை கேட்டு மெதுவாக படுக்கையில் படுத்துக் கொண்டான் பிறைமார்பன்.

மிதியடிகள் முத்தமிட்டது

"திருமுக்கூடலூர் ல...
ஒரு பொண்ணு இருக்கலாம்...
பதினெட்டு இருவது...
வயசு இருக்குமாம்...
ரொம்ப தெளிவான பொண்ணான்... என்கிட்டயே...
கைநீட்டி கேள்வி மேல கேள்வி கேக்குது னு... அந்த
புரோக்கர் கண்ணன் பய... பொலம்பிட்டு இருந்தான்...
நீ அவள தேடி போய் பாரு...
ஒனக்கு ஒத்தாசை...
பண்ணுவான்னு நெனைக்கிறேன்..."

என்று அதிகாலையில் தன் சேலையை சரி செய்து கொண்டே மாலா சொன்னதை மீண்டும் மீண்டும் நினைவில் நிலைநிறுத்திய படி, அந்த கரிசல் ராஜ்யத்தை விட்டு வெகுதூரம் வந்தடைந்தான் சுப்புரமணி.

கதிரவன் தன் படை வீரர்களோடு மீண்டும் கரிசல் பூமியில் போர் தொடுக்க தயாராகிக் கொண்டிருந்தான்.

இந்த முறை போர்க்களத்தில் மாலாவின் வீட்டையும் மாலாவின் மனநிலையையும் காட்சிப்படுத்த வேண்டிய கட்டாயம் இருக்கிறது.

கதிரவனின் கனல் படை வீரர்கள் மாலாவின் வீட்டு மேற்கூரையில் இருக்கும் ரகசிய சுரங்க வழிகள் அனைத்தையும் கைப்பற்றி, அதன் வழியாக மாலாவின் குடிசைக்குள் தரையிறங்கி கொண்டிருந்தார்கள்.

இரகசிய வழிகள் அனைத்தையும் எதிரிகள் கைப்பற்றி விட்டாலும் மனம் தளராமல், அவள் வீட்டு கூரையில்

உள்ள பனை ஓலை படைவீரர்கள் கனல் படைவீரர்களை தடுத்து நிறுத்தி கோட்டையை காப்பாற்றிக் கொண்டிருந்தார்கள்.

நாள்தோறும் இயல்பாக நடக்கும் சூரிய உதயத்தை போர் தொடுக்கும் எதிரி நாட்டு படைகளாக உருவகம் செய்து காட்சி படுத்திய எனது சிந்தையினால்,

இந்த போர்க்களத்தை காட்டிலும் பெரிய போர்க்களத்தை, இந்த கனலை காட்டிலும் பெரிய கனல் குழம்பை தன் மனதில் வைத்துக் கொண்டு தினந்தோறும் தனிமையோடு போர் தொடுக்கும் மாலாவின் மனநிலையை காட்சி படுத்த முடியவில்லை.

கரிசல் பூமியை மறந்து, காவிரியின் கால் தடங்களை இரசித்தபடி பேருந்தின் ஜன்னல் ஓரம் தனது தோள் பையோடு அமர்ந்து பயணித்துக் கொண்டிருந்தான் சுப்புரமணி.

நேற்று கரிசல் பூமியில், உச்சிவெயிலில் கொன்றை மரத்தடியில், அவன் தோல்பையை ஆராயும் பொழுது, அதில் சில ரூபாய் நோட்டுக்கள் இருந்தது, நமக்கு நிச்சயம் நினைவிருக்கும்.

ஆனால் தற்பொழுது அந்த ரூபாய் நோட்டுகள் மாலாவின் வீட்டு திண்ணையில், இராந்தல் விளக்கிற்கு அடியில் ஓய்வெடுத்துக் கொண்டிருந்தது.

நம் கவனத்தை திசை திருப்பிய ரூபாய் நோட்டுகளால் சுப்புரமணியின் கவனத்தை திசை திருப்ப இயலவில்லை, அவன் சற்றும் வளைந்து கொடுக்காமல் காவிரியின் மேல் அழகை சுவைத்துக் கொண்டிருந்தான்.

பிர்...

என்று நடத்துனர் விசில் அடிக்க சாலையோரமாக பேருந்து நிறுத்தப்பட்டது, யார் யாரோ இறங்கினார்கள்,

யார் யாரோ ஏறினார்கள் அதையெல்லாம் நான் சரியாக கவனிக்கவில்லை,

ஆனால் ஏறியவர்களில் ஒரு பெண் வேறு எங்கும் இடம் இல்லாமல் சுப்புரமணியின் அருகில் வந்தமர்ந்தாள்.

இரண்டு பேருக்கு இடம் கொண்ட இருக்கையில், ஒருவருக்கான இடத்தில் சுப்புரமணியும் மற்றொருவருக்குகான இடத்தில் பாதிவரை சுப்புரமணியின் தோல்பையும் ஆக்கிரமித்து கொண்டிருந்தார்கள்.

அந்த பெண் நிற்க முடியாமல் மீதமிருந்த அரை இருக்கையில் அரை தொடையில் அமர்ந்தாள்.

அவள் அரை தொடையில் அமர்ந்திருப்பதை உணர்ந்த சுப்புரமணி, சட்டென்று தன் தோல் பையை எடுத்து மடியில் வைத்துக்கொண்டு ஒருவருக்கான முழு இருக்கையையும் அந்த பெண்ணுக்கு கொடுத்தான்.

காவிரியின் மேல் அழகில் மயங்கி கிடந்த சுப்புரமணி சிறிது சிறிதாக அருகில் இருக்கும் பெண்ணை உணரத் தொடங்கினான்.

அவளின் உடலையும் வயதையும் உணர உணர அவனுக்கு மாலாவின் நினைவுகள் தொடங்கியது.

வாழ்க்கை மீது விரக்த்தி கொண்டு, உறவுகளை தொலைத்து விட்டு, நிராயுதபாணியாக சாலையில் நள்ளிரவில் நடந்து கொண்டிருந்தவனை, மாலா கை தட்டி கூப்பிட்டு கண்ணடித்த காட்சி அவன் நினைவுக்கு வந்தது.

காம தேவனை வெளியில் தள்ளி கதவை தாழிட்டு விட்டு, படுக்கைக்கு ஓய்வு கொடுத்து விட்டு

மாலாவிடம் மனம் விட்டு பேசிய பல இரவுகள் நினைவுக்கு வந்தது.

மனித குலத்தின் இயல்பும் பொதுவான வாழ்வியலும் புரிந்த பிறகு அவனுக்கென ஒரு புதிய வாழ்க்கை முறையை தேர்ந்தெடுத்த நாள் நினைவிற்கு வந்தது.

அவன் தேர்ந்தெடுத்த வாழ்க்கை முறையை நினைத்து நினைத்து சிரித்து, அவனை எள்ளி நகைத்த மாலாவின் முகம் நினைவிற்கு வந்தது.

அவனுடைய அன்பான குணமறிந்து அவனுக்காகவே சிறப்பாக தயார் செய்து கொடுத்த மாலாவின் இதழ் முத்தம் நினைவிற்கு வந்தது.

தற்போது, அவன் தேர்ந்தெடுத்த வாழ்க்கைக்காக நீண்ட தூரம் பயணித்து கொண்டிருக்கும் இந்த பயணமும் நினைவிற்கு வந்தது.

நினைவின் காலத்திலிருந்து திரும்பி நிகழ் காலத்திற்கு வந்தான் சுப்புரமணி.

சாலையில் பேருந்து சீறி பாய்ந்து கொண்டிருந்தது, அவனுடைய மன வேகத்தை பேருந்து புரிந்து கொண்டதோ என்னவோ தெரியவில்லை, அவனுடைய மனதை போலவே அதிவேகமாக திருமுக்கூடலூரை நோக்கி பயணித்து கொண்டிருந்தது.

அவன் அருகில் அமர்ந்து, மாலாவின் நினைவுகளை கிளறி விட்ட பெண் தற்போது அவன் அருகில் இல்லை, எங்கே இறங்கினாள் என்று நானும் கவனிக்கவில்லை மாலாவின் நினைவலையில் மூழ்கிவிட்டேன்.

“திருமுக்கூடல் ஊரெல்லாம் வெல்ல வா...
திருமுக்கூடலூர்...
திருமுக்கூடலூர்...”

என்று உரக்கச் சொல்லிவிட்டு

பிர்....

என்று நடத்துனர் விசில் அடித்தார்.

திருமுக்கூடலூர் மண்ணை சுப்புரமணியின் மிதியடிகள் முத்தமிட்டது.

கவனமாக தாழிட்டான்

"டக்... டக்...
சார்...
சார்...

மேடம்..."

என்று யாரோ பிறைமார்பன் வீட்டு கதவை தட்டிக் கொண்டிருந்தார்கள்.

மேஜை மீதிருந்த விளக்கை எடுத்துக் கொண்டு மெதுவாக வாசற்கதவை நோக்கி நடக்க தொடங்கினான்.

"டக்...
டக்...
சார்..."

மீண்டும் கதவை தட்டும் சப்தம் கேட்டது.

எச்சிலை கூட்டி முழுங்கியபடி கட்டிலில் இருந்து கதவு வரை அடிப்பிரதட்சணம் செய்தான் பிறைமார்பன்.

கதவிற்கு அருகில் சென்றவுடன்

"டக்..."

கதவை ஓங்கி அடித்ததை போல் பலமாக கேட்டது

பயத்தின் உச்சகட்டத்தில் நடுங்கிய கைகளால் கதவை திறப்பதற்கு தயாரானான்.

"சார்...
டக் டக்..."

மெதுவாக மேல் தாழ்ப்பாளை திறந்தான்.

அதிக தயக்கத்துடனும் பயத்துடனும் கதவின் நடு தாழ்ப்பாளை தொட்டான்.

தாழ்ப்பாளை விரல்கள் பிடித்துக் கொண்டது ஆனால் கை நகரவில்லை இல்லை பயம் கையை நகர்த்த விடவில்லை.

"டக்.... டக்.... டக்....
வீட்ல யாருங்க..."

சற்று குரல் சப்த்தமாக ஒளித்தது.

"யோவ் என்னய்யா தட்ற...
இப்படி தட்டனா...
எப்படி யா...
தூங்குறவங்க ஏந்துருப்பாங்க..."

"டனார்..."

என்று கதவை உடைப்பது போல ஒரு அடி கதவில் விழுந்தது.

"இப்படி தட்டனும்...
அப்பதான் ஏந்துருப்பாங்க ..."

என்று வெளியில் பேசிக் கொள்வது அவனுக்கு நன்றாக கேட்டது.

இதை வைத்து வெளியில் இரண்டு நபர் இருக்கிறார்கள் என்ற முடிவுக்கு பிறைமார்பன் மனம் வந்து விட்டது.

பயத்தின் உச்சாணிக்கொம்பில் ஒரு நூல் இழையில் நின்று கொண்டு பிறைமார்பன் கதவின் தாழ்ப்பாளை இழுத்து கதவை மெதுவாக திறந்தான்.

இரண்டு காவல்துறை அதிகாரிகள் கையில் லத்தியுடன் நின்று கொண்டிருந்தார்கள்,

"என் தட்டு...
எப்படி ஓர்க்காச்சி பாத்தியா..."

என்று சொல்லி சிரித்தபடி பிறைமார்பனிடம்

"ஒங்கள ஐயா கூட்டுனு வர சொன்னாரு..."

"எதுக்கு சார்...
நான் என்ன பண்ண..."

என்று பயத்துடன் கேட்டான் பிறைமார்பன்.

"அதெல்லாம்...
ஐயா கிட்ட பேசிக்க...
உன்ன கையோட கூட்டுனு...
வர சொன்னாரு..."

"சார்... சார்...
காலைல நானே வரேன் சார்..."

"யோவ் அப்புறம்...
அடிச்சிட போறேன்...
வாயா னா...
கூட கூட பேசிகினு.."

என்று கோபமாக பிறைமார்பனின் கையை பிடித்து இழுத்தார்கள்.

அவன் கையில் வைத்திருந்த விளக்கை கதவருகிலேயே வைத்துவிட்டு அவர்களோடு பயத்துடனும் தயக்கத்துடனும் நடந்தான் பிறைமார்பன்.

“என்னயா...
உன்ன பத்தி விசாரிச்சதுல...
நீ தனி ஆளு ன்னு...
சொன்னாங்க...
வூட்ல பொம்பள செருப்பு கடக்குது...”

என்று கேட்டுக் கொண்டே பிறைமார்பனை இழுத்துச் சென்று ஜீப்பில் ஏற்றிச் சென்றார்கள் காவல்துறையினர்.

காவல்துறை அலுவலகத்தின் கதவுகள் திறக்கப்பட்டு, கதவுகளுக்கு அருகில் சுவரை ஒட்டி போடப்பட்டிருந்த இருக்கையில் பிறைமார்பனை உட்கார வைத்தார்கள்.

“இங்கயே ஒக்காந்துனு இரு...
ஐயா வருவாரு...”

என்று சொல்லிவிட்டு, ஒருவர் அலுவலகத்திற்கு உள்ளேயும் மற்றொருவர் மீண்டும் ஜீப்பில் ஏறியும் சென்றுவிட்டார்கள்.

பிறைமார்பன் எதுவும் புரியாதவனாய் பயத்தை கண்களிலும் மனதிலும் வைத்துக் கொண்டு சுற்றி முற்றி பார்த்துக் கொண்டு அமர்ந்திருந்தான்.

சற்று நேரத்திற்கெல்லாம் உயரதிகாரி போல் ஆடை அணிந்த ஒருவர் அலுவலகத்தின் ஒரு அறையிலிருந்து வெளியில் வந்தார்,

பிறைமார்பன் எதிரில் வந்து நின்றார்,

அவரைப் பார்த்தவுடன் பிறைமார்பன் சட்டென்று எழுந்து

"வணக்கம் சார்..."

என்றான்,

அந்த காவல்துறை அதிகாரி சற்று நேரம் அவனைப் பார்த்துவிட்டு

"என்னடா...
உனக்கு அவ்வளோ அதப்பாயிடுச்சா...
என்கிட்ட வந்து...
பிராத்தல் பண்ற பொம்பளைங்க லாம்
எங்க தங்கி இருப்பாங்கன்னு கேக்குற...
நான் என்ன உனக்கு மாமாவா..."

என்று பல்லைக் கடித்தபடி பிறைமார்பனை ஓங்கி ஒரு அறை விட்டார்.

"ஆஆ..."

என்று கத்தியபடி கன்னத்தில் கைவைத்துக் கொண்டு பிறைமார்பன் படுக்கையைவிட்டு எழுந்தான்.

"என்னங்க கனவா...
கொழந்த தூங்குறான்...
கொஞ்சம் பொறுமையா கத்துங்க..."

என்று நக்கலாக சொல்லியபடி சீத்தா சிரித்தாள்.

படுக்கையிலேயே சற்று நேரம் எதையோ சிந்தித்தபடி அமர்ந்திருந்தான் பிறைமார்பன்.

திடீரென்று பரபரப்பாக மேஜை மீதிருந்த விளக்கை எடுத்துக்கொண்டு விரைவாக வீட்டு வாசற்கதவை திறந்தான்.

கனவில் காவலர்கள் கேட்டது போலவே சீத்தாவின் செருப்பு வாசலில் இருந்தது. அதை கையில் எடுத்துக்கொண்டு கதவின் மூன்று தாழ்ப்பாளையும் கவனமாக தாழிட்டு விட்டு சீத்தாவின் மிதியடிகளை கட்டிலுக்கு கீழே வைத்துவிட்டு சற்று பயம் கலைந்தவனாய் படுத்தான்.

மீண்டும் மரத்தடியில்

"ச்ச...
இந்த தூத்த வேர...
மழ பேன்ஜி தொலஞ்சா...
கூட பரவால்ல...
எங்கனா ஒதுங்கி நிக்கலாம்...
இது சொட்டு மூத்துரம் மாரி...
சொட்டு சொட்டா பேஞ்ஜிகுனு இருக்குது...
மயிறு மானம்..."

என்று புலம்பியபடி மரத்தடியில் நின்றான் ஒரு கான்ஸ்டபிள்.

"என்னய்யா...
ஒரு மணி நேரத்துல...
அவள புடிச்சி காட்டுறேன்
புடுங்கி காட்டுறேன்னு...
சொன்ன..
ஒன்னு முடியலையா..."

என்று ஏளனம் செய்தபடி மற்றொரு கான்ஸ்டபிளும் மரத்தடியில் வந்து நின்றான்.

"அட போயா...
இந்தப் பெரிய ஆளுங்க...
கேஸ் நாளே இப்படித்தான்...
நம்ம தாலிய தான் அருப்பானுங்க..."

"யாருதான் யா...
அந்த சீத்தா..

அவ ஏன்...?
தேவயில்லாம மந்திரிய லான் பகச்சிகினா...
அப்படி என்ன யா பிரச்சன..."

"அன்னைக்கு...
நம்ம எஸ் ஐ காளிமுத்து முன்னாடி...
ஒரு பொம்பள திமுரா...
கால் மேல கால் போட்டு...
ஒக்காந்து பேசிக்கினு இருந்தாளே ஞாபகம் இருக்கா..."

"ஆமா...
ஏதோ காலேஜ் புரபசர் னு சொன்னீங்களே..."

"ஆ.... அவளேதான்...
அவ பேரு ராணி..
நம்ம மந்திரி வடிவேல் இருக்காரே... அவுரோட
காலேஜ்ல தான் புரபசர் வேல செய்ரா...
பேருக்குதான் அவ அங்க...
வேல செய்யுரா...
மத்தபடி அந்த காலேஜே அவ கண்ட்ரோல் தான்...
செம திமுரு புடிச்சவ..."

"சரி...
இந்த சீத்தாவுக்கும்...
அவளுக்கும் என்ன சம்பந்தம்...
அத சொல்லு பஸ்ட்டு..."

"சொல்லுறேன் கேளு...
இந்த ராணி இருக்காளே...
அவளுக்கு மெயின் வேலையே...
பெரிய பெரிய ஆளுங்களுக்கு பொண்ணு சப்ளை
பண்றதுதான்...
சாதாரண பள்ளிக்கூட டீச்சரா இருந்து...
இந்த தொழில் பண்ணி...

இன்னைக்கு பெரிய பெரிய ஆளுங்க எல்லாரையும் அவ
சுண்டு வெரல்ல வெச்சிருக்கா...
அப்படின்னா பாத்துக்க...
அவ எவ்வளோ பெரிய ஆட்டக்காரியா
இருப்பான்னு...''

"பெரிய ஆள்தான் போல...
ஆனா... அவங்கள பாத்தா அப்படி தெரியலையே...''

"எது பாத்தா...
தெரியலையா...
அப்ப சொல்றவன் நான் என்ன பைத்தியக்காரனா...''

"அப்படி இல்லையா...
மொகத்தப் பாத்தா...''

என்று எதையோ பார்த்தபடி இடைவேளை விட்டான் ஒரு கான்ஸ்டபிள்.

வெகு தூரத்தில் யாரோ நடந்து வருவது போல சப்தம் கேட்டது.

இருவரும் சற்று அமைதியாக சப்தம் வரும் திசையை நன்கு கவனித்துவிட்டு, அந்த திசையை நோக்கி ஓட்டமும் நடையுமாக ஓடத் தொடங்கினார்கள்.

இரண்டு நிமிட ஓட்டத்தில் தெருவின் எல்லையை வந்தடைந்தார்கள்.

இரண்டு பெண்கள் குப்பை வண்டியை தள்ளிக்கொண்டு சாலையோர குப்பைகளை சுத்தம் செய்து கொண்டிருந்தார்கள்.

"ஏமா...''

"சார்...''

"இந்தப்பக்கம் ஏதாச்சும்...
யாராச்சும் போனாங்களா...."

"இல்ல சார்...
நாங்களே இப்ப தான் வந்தோம்....
மழையால லேட்டாயிடுச்சு சார்..."

"சரி சரி..."

என்று மீண்டும் வந்த வழியே இரண்டு காவலர்களும் நடக்கத் தொடங்கினார்கள்.

"யோவ் மேல சொல்லு...
அப்பறம்...?"

"என்னத்த மேல சொல்றது...
பேசாம நானும் போய்...
அந்த ராணி கிட்ட வேலைக்கு
சேந்து கலான்னு நெனைக்கிறேன்..."

"யோவ் நீ போலீஸ் யா..."

"அட போயா...
பெரிய மயிரு போலீஸ்...
போலீஸ் ல இருந்து மட்டும் என்ன...
கொல குத்தத்தையா கண்டுபிடிச்சுட்டோம்...
பிராத்தல் பண்றவன்...
அடியாள்...
ரவுடி...
அரசியல்வாதிக்கு தான வேல செய்றோம்...
இதுக்கு அவ கிட்டயே வேல செஞ்சுட்டு
போய்டலாமே...
நான் 13 வருஷம் போலீஸ் ல இருந்து... என்னத்த
கண்டேன்...
ஒரு பிரமோஷன் கூட இல்லை..."

என்று அதிகம் சலித்துக் கொண்டு பேசினார் அந்த கான்ஸ்டபிள்.

வெகு தூரம் நடந்ததால் ஏற்பட்ட உடலின் இயலாமையில் வெளிவந்த வார்த்தைகள் என்று எனக்கு தோன்றவில்லை.

ஆழ்மனதில் வெகு நாட்களாக தேங்கியிருந்து வெளிப்பட்ட வார்த்தைகள் என்றே தோன்றியது.

இதை காதில் வாங்கிக் கொண்டு மற்றொரு கான்ஸ்டேபிள் பேசத் தொடங்கினார்.

"அதெல்லாம் உடுயா...
ராணிக்கும் சீத்தாவுக்கும்...
என்னையா சம்பந்தம்...
அது என்ன மேட்டரு..."

"அட...
அந்த சீத்தாவும் ராணியோட ஆள்தான்...
அவ சப்ளை பண்ற பொண்ணு ல ஒருத்தி..."

"அப்புறம் ஏன்...?
அவ மேலேயே இவங்க கேஸ் போட்டுக்குராங்க..."

"அதான்யா எனக்கும் தெரியல...
அவ என்ன கேட்டாளோ...
இவ என்ன செஞ்சாளோ...
அதெல்லாம் பெரிய எடத்து சமாச்சாரம்... நமக்கு எதுக்கு...?
நம்ம வந்த வேலய பாப்போம்..."

"அதெல்லாம் பாக்கலாம்...
சீத்தாவ எப்டி கண்டு பிடிக்கிறது...
பாக்க எப்டி இருப்பா...
நீ பாத்திருக்கியா..."

"பாத்திருக்கியா வா...
சீத்தா தேவதையா..
எது எது எங்க எங்க இருக்கனுமோ...
அது அது அங்க அங்க...
மொறையா இருக்கும்...

அவள பாத்தாலே பத்திக்கும் யா..."

"யோவ்...
ஒரு கல்யாணம் ஆன பெரிய மனுஷன் மாரியா யா பேசுர...
நான் குண்டா இருக்குமா...
ஒல்லியா இருக்குமான்னு கேக்க வந்தன் யா...
நீ என்னவோ...
அவள அப்படியே ரசிக்கிற..."

"யோவ் பொம்பளைய ரசிச்சா தான்யா...
அவன் ஆம்பள...
இதுக்கும் வயசுக்கும் என்னையா இருக்கு...
ஆனா ஒன்னு யா..
சொன்னமாரியே சீத்தாவ புடிச்சுட்டேன்...
அவ கன்னத்தை மட்டும் ஒரு வாட்டி தொட்டு பாக்கனும் யா...
எவ்வுளோ நாள் ஆச தெரியுமா..."

"ஐயோ உன் கூட நான் வரலயா...
நீ தனியா தேடு...
நான் தனியா தேடுறேன்..."

"உன் கிட்ட தனியா கெடச்சா...
நீயே தனியா செய்யலான்னு பாக்குரியா..."

"வாயக் கழுவு யா...
நாலான் அப்படி கிடையாது..."

"யோவ்...
யோவ்...
என் வயசுக்கு உன்ன மாரி...
எத்தன பேர பார்த்துருப்பேன்...
இந்த உலகத்துல எந்த ஆம்பளையும்
ஓக்கியம் கெடையாது...
சான்ஸ் கெடைக்காம இருக்கானுவ...
அவ்வளவுதான்...
சான்ஸ் கிடைச்சா...
எல்லாம் மொள்ளமாரி தான் ...
வா..."

என்று ஒருவரை ஒருவர் பரிகாசித்துக் கொண்டு மீண்டும் அதே மரத்தடியில் வந்து நின்றார்கள்.

அவள் பெயர் பேரிக்காய்

திருமுக்கூடலூர் மண்ணுக்கு முத்தமிட்ட மிதியடிகள் இருவரும் சாலையில் ஆளுக்கொரு திசையில் குப்பைகளோடு குப்பையாக உயிரற்று கிடந்தார்கள்.

இத்தனை நாட்களாக மிதியடிகளுக்கு உயிர் கொடுத்து வாழ வைத்த சுப்புரமணியன் கால்களை தற்போது ஆற்றங்கரையோர வேலிகாத்தான் முத்தமிட்டுக் கொண்டிருந்தது.

சீத்தாவும் பிறைமார்பனும் கொடுத்துக் கொண்ட முத்தத்தை விட மிக ஆழமான முத்தம் என்று நினைக்கிறேன். வெகுநேரமாக அந்த முள்ளை பாதத்திலிருந்து பிரித்தெடுக்க சுப்புரமணி போராடிக் கொண்டிருந்தான்.

"ஸ்.....ஆ...."

என்ற சப்தத்தோடு...

"அப்பா....
இந்த முள்ளையும் எடுத்தாச்சு...
இதோட நாலாவது முள்ளு...."

என்று புலம்பியபடி பெருமூச்சு விட்டான் சுப்புரமணி..

முக்கூடலூர் முறக்களின் வரவேற்பையும் அன்பளிப்பையும் சற்று நேரம் அமைதியாக பார்த்துவிட்டு, கோவிலின் தூணைப் பிடித்துக் கொண்டு எழுந்து நின்றான்.

அங்கிருந்து நேரே இரண்டடி எடுத்து வைத்து.

"தென்னாடுடைய சிவனே போற்றி...
என்னாட்டவர்க்கும் இறைவா போற்றி...

சிவசிவா...

யார் கிட்ட கேக்குறது..
எப்படி கேக்குறது னு தெரியாம..
இந்த ஊர பத்து வாட்டி சுத்தி இருப்பேன்..
இந்த ஊர்ல இருக்கிற...
எல்லா முள்ளும் என் கால்ல...
ஏர்னதுதான் மிச்சம்...

அந்தப் பொண்ண பாத்து..
முடியுமா..
முடியாதான்னு...
கேட்டுட்டு முடியாதுன்னு சொன்னா...
அடுத்த பொண்ண தேடி...
என் வேலைய பாத்துக்கிட்டு போய்ட்டே இருப்பேன்
ல...
என்ன ஏன் இப்படி சோதிக்குற...

நாலு நாளா ஊர சுத்திட்டு...
தெனமும் உன் கோயில்ல தான...
படுக்குறேன்...
உனக்கு கொஞ்சம் கூட...
எரக்கமே இல்லையா..."

என்று பழம்பெரும் தொன்மைவாய்ந்த அமராவதி நதிக்கரையில் 1500 ஆண்டுகளுக்கு முன் ராஜேந்திர சோழனால் கட்டப்பட்ட அகத்தீஸ்வரர் கோவிலில் விரக்தியாக புலம்பிக் கொண்டிருந்தான் சுப்புரமணி.

அமராவதியின் மனநிலையும் சுப்புரமணியை போலவே தண்ணீரின்றி விரக்தியில் இருந்தது.

சுப்புரமணியின் மனவிரக்தியை நாம் யாரும் பயன்படுத்திக் கொள்ள முடியாது.

ஆனால் அமராவதியின் விரக்தியை சுப்புரமணியின் கால்கள் பயன்படுத்திக் கொண்டது, கோவிலின் இடதுபுற பக்கவாட்டில் இறங்கி கள்ளம் கபடமற்ற கறை படியாத அமராவதியின் உடல்மீது தன் உடலை முற்றிலுமாக பொருத்திக்கொண்டு நித்திரா தேவியை உடலுறவிற்கு அழைத்துக் கொண்டிருந்தான்.

அமராவதி, சுப்புரமணி, நித்திரா தேவி ஆகிய மூவருக்கும் மன்னர்களுக்கு சேவகர்கள் காம பாட்டுப் பாடுவதைப் போல மரத்தின் இலைகள் பாடிக்கொண்டிருந்தது.

மரத்தின் சேவையும், காற்றின் இனிமையும், அமராவதியின் உடலும், நித்திரா தேவியின் அரவணைப்பும், கால் பாதங்களின் வலியும், உடல் அசதியும், ஒன்று சேர்ந்து கடந்த காலத்தின் ஒருநாள் இரவிற்கு சுப்புரமணியை காலப் பயணம் செய்ய வைத்தது.

அன்று இரவும் இதே போல் உடல் வலியோடும், அசதியோடும் கட்டிலில் படுத்திருந்தான் சுப்புரமணி.

“உனக்கு எவன் யா புத்தி வச்சு எழுதுனா... அறிவில்ல...
யார் கிட்ட....
என்ன கேக்கணும்னு தெரியாது...”

என்று திட்டிக்கொண்டே வெந்நீரில் துணியை நனைத்து அவன் மார்பில் ஒத்தடம் கொடுக்க தொடங்கினாள் மாலா

“எப்ப பாரு வளவளன்னுவ...
இப்ப என்ன...
வாய தொறக்க மாட்ர...”

"இல்ல மாலா..."

என்று சுப்புரமணி சொல்லி முடிப்பதற்குள் மாலா குறுக்கிட்டு..

"ஆ....
நொல்ல மாலா...
பேசாத..."

என்று வெந்நீரில் துணியைக் நனைத்து வெகுவாக அவன் மார்பில் வைத்து அழுத்தினாள்.

"ஆ வலிக்குது மாலா..."

"நல்லா வலிக்கட்டும்..."

"இல்ல மாலா...
நான் கேட்டதுக்கு நீ...
முடியாதுன்னு சொன்னது மட்டும் இல்லாம... ரொம்ப
எளக்காரமா வேற சிரிச்சியா...
அதான் நானே போய் விசாரிக்கலான்னு..."

"அத என் கிட்ட கேட்டு இருந்தா...
நான் சொல்லி தொலச்சிருப்னே...
எங்க தங்கி இருக்கோம்னு..
அத வுட்டுட்டு...
போயும் போயும் அந்த எச்சக்கல கிட்ட கேட்டுக்குர..."

என்று சுப்புரமணியிடம் கடுமையாக
கோபித்து கொண்டாள் மாலா.

திடீரென்று ஆண் குரலில்

"யோவ் சுப்பு ...
சுப்பு...எந்திரியா...
சுப்பு.."

என்று பெரும் ஆச்சரியத்துடன் எழுப்பினாள்.

"யோவ் நான் தான் யா...
என்ன பேயறைஞ்ச மாதிரி பாக்குர...
நான் தான் யா கண்ணன்..."

என்று தன்னை அறிமுகம் செய்து கொண்டாள்.

மெதுவாக காலப்பயணம் துண்டிக்கப்பட்டு நிகழ்காலத்தில் கண்களைத் திறந்து பார்த்தான் சுப்புரமணி.

"யோவ் ஏந்து ஒக்காருயா..."

என்று அவன் மார்பில் கை வைத்து எழுப்பினான் கண்ணன்.

"நான் தான் யா கண்ணன்...
நீ இங்க என்ன பண்ணினு இருக்குற..."

என்று படபடவென ஆச்சரியமாக கேட்டபடி அந்த கரையோர மரத்தின் வேரில் அமர்ந்தான் கண்ணன்.

சற்றுநேரம் புரிந்தும் புரியாமலும் கண்ணனையே பார்த்துவிட்டு

"நீ இங்க இன்னா பண்ற..."

என்றான் சுப்புரமணி.

"அட என் கத ஒரு கத...
அத உடு..
சரி நீ இந்த ஊருக்கு எதுக்கு வந்த...
யார பாக்க வந்த...
வந்து எத்தன நாளாச்சு...

ஏன் ஆத்தங்கரைல வந்து படுத்துனு
கடக்குற...''

என்று பல கேள்விகளை ஒரே பொட்டலமாகக் கட்டி சுப்புரமணியின் மேல் வீசி எறிந்தான் கண்ணன்.

''நீ கேக்குற கேள்விக்குலாம்...
நான் பதில் சொல்ல மாட்டேன்னு...
உனக்கே தெரியும்..
நீ எதுக்கு இங்க வந்த...
அத சொல்லு ஃபர்ஸ்ட்...''

''சுப்பு...
இங்க பக்கத்துலுயே...
மூணு இருக்குது கொஞ்சம்...
வயசு அதிகம் தான் வர சொல்லடா..?''

''உன் ப்ரோக்கர் மயிரெல்லாம்...
வேற யார்கிட்டயாவது...
காட்டு என்கிட்ட காட்டாத...''

என்று கோபமாக பார்த்தபடி கூறினான் சுப்புரமணி.

ஆ....
அப்படி எத காட்டி மாலா உன்ன மாயக்குனாளோ...?
அவளத் தாண்டி வர மாட்றியே தலைவா...
ரக ரக மா...
ருசி பாத்தா தான...
ஒரு கிக் இருக்கும்..''

என்று சொல்லியவுடன், சுப்பு கண்ணனைப் பார்த்து

''இப்ப இங்க இருந்து நீ கெலம்புரியா...
இல்ல நான் கெலம்பட்டுமா...''

என்று உச்சகட்ட கோபத்திலும் அருவருப்பிலும் கேட்டான்.

"நானே போறன் பா
எனக்கு ஏன் வம்பு
நான் னா எல்லாருக்கும்...
எலக்காரம் தான்...
நீயாச்சும் பரவால்ல தெரிஞ்சவன்...
யாருனே தெரியாத சின்ன பொண்ணுலாம் என்ன
கண்ணுல பட வுடாம வெரட்டி அடிக்குது..."

"உன் வாய் அப்படி..."

என்று நகைப்புடன் கூறினான் சுப்புரமணி

"அட போ சுப்பு...
வந்தா அந்த பொண்ணோட வா...
இல்லனா உன்ன தொழில் பண்ணவும் வுடமாட்டன்...
உங்கிட்ட தொழிலும் பண்ணமாட்டனு...
அந்த கவுன்சிலர் மெரட்ரான்...
நான் படுக்குரே தொழிலே பண்ணாலும்.. எனக்கு
புடிச்சவன் கூட தான் படுப்பன்...
கண்ட கெழவன் கூடலாம் படுக்கமாட்டனு...
அந்த பொண்ணு சொல்றா...
நடுவுல...
என் தாலிதான் அந்து போவுது..."

என்று பெரும் சலிப்புற்றவனாய் புலம்பி கொண்டே அங்கிருந்து எழுந்த கண்ணன்

"பணம் குடுத்தா...
பண்ணியா இருந்தாலும் பரவாலன்னு...
சொல்ற பொம்பளைய தான் பார்த்து இருக்கன்...
இவ என்னவோ...
சிலுக்கு வித்த காட்டுறா..."

என்று முணுமுணுத்தான்.

“ஏன் பொலம்பிகினே போற...
எந்தப் பொண்ணு...
இன்னா கத...
தெளிவா சொல்லு கேப்போம்...”

“அட சின்ன பொண்ணு சுப்பு...
இந்த ஊரு காரி தான்...
பதினெட்டு இருவது வயசு தான் இருக்கும்... இப்பதான் படிச்சு முடிச்சாலாம்...
நாலஞ்சு வருஷமா தொழிலதான் இருக்காளாம்...
ச்ச எனக்கே இப்ப தான் தெரியும்...”

என்று தன்னைத்தானே நொந்து கொண்டான் கண்ணன்.

சரி அதுக்கு இன்னா இப்ப...

என்று அமராவதியில் பொங்கி வரும் ஆற்று வெள்ளத்தை போல தன் மனதில் பொங்கி வந்த ஆர்வத்தை வெளிப்படுத்தாமல், எதார்த்தமாக கேட்டான் சுப்பு.

“நம்ம மாமி தெரியும் ல...
மாமி...
குண்டா வெள்ளையா இருக்குமே...”

“ஆமா அல்டாப் மாமி...”

“ஆ...
அந்த மாமி தான்...
அந்த மாமி தான்...
அந்த மாமி கூட....
இந்த பொண்ண எங்கயோ ஓட்டல்ல நம்ம கவுன்சலர் பாத்து இருக்காரு...”

“சரி...”

“பார்த்ததும் இவருக்கு...

இன்னா ஆச்சோ தெரில...
அந்த மாமிய கூட்டு..
யாரு இன்னானு விசாரிச்சு இருக்காரு...
விசாருச்சுதுல அது நம்ம எதிர்க்கட்சி எம்எல்ஏ
வடிவேலு கைலகுற தொழில்காரின்னு தெரிஞ்சுது...
இதைப் போய் அவனுங்க கிட்ட கேட்டா அசிங்கம்னு
தலைவர் பொறுப்ப என்கிட்ட குடுத்தாரு..
இப்ப நா மாட்டிக்கினு முழிக்குரேன்...''

''பரவாயில்லயா...
உங்க கவுன்சலருக்கு இதெல்லாயாச்சும் சொரன
இருக்குதே...''

என்று சிரித்தபடி நக்கலடித்தான் சுப்புரமணி

அவன் சிரிப்பை கண்டு சற்று கோபமடைந்த கண்ணன்.

''போயும் போயும் உன்கிட்ட சொன்ன பாரு... என்
புத்திய செருப்பாலயே அடிக்கணும்...''

என்று சொல்லியபடி அங்கிருந்து கிளம்பினான் கண்ணன்.

''சரி...
அந்த பொண்ணு பேரு இன்னா...?''

என்று சுப்பு அவனைப் பார்த்து உரக்க கத்தினான்.

சற்றும் கண்டுகொள்ளாமல் வேகவேகமாக கோவிலை நோக்கி நடந்தான் கண்ணன்.

''தொழிலதிபரே சொல்டு போயா...''

என்று மேலும் உரக்க கத்தினான் சுப்பு.

''ஆ....

அவ பேரு பேரிக்கா...''

என்று தலையை திருப்பாமல் சொல்லிவிட்டு சென்ற கண்ணனை சிரித்தபடியே பார்த்துக் கொண்டிருந்த சுப்புரமணியன் கண்கள், அவன் பாதங்கள் அணிந்து செல்லும் சப்பாத்துகளையும் கவனித்துக் கொண்டது.

பரபரப்பாக கிளம்பியது

"ஐயா...

ஐயா...
ஐயா..."

"என்னய்யா...
போனவங்க வந்ட்டாங்களா...
அப்ப வண்டி எடு போலாம்..."

"இல்ல ஐயா...
உங்க போன் வைப்ரேட் ஆகுது..."

என்று சொல்லிய வேகத்திலேயே காளிமுத்து தனது கைபேசியை எடுத்துப் பார்த்தான்.

"ஐயோ...
ஏசி 2 மிஸ்டு கால்...
போச்சு என்ன என்ன கேக்கப் போறானோ..."

என்று புலம்பியபடி கைபேசியை காதில் வைத்தான் காளிமுத்து.

"என்ன யா காளிமுத்து..."

"ஐயா..."

"போன் எடுக்க மாட்டியா..."

"இல்லயா சைலன்ட்ல இருந்துச்சு...
கவனிக்கல..."

“சரி சரி அவ கெடச்சாளா இல்லயா...”

“இல்லயா...
தேடிட்டுதான் இருக்கோம்...”

“கோழி கூத்துள்ள கைய வுட்டு...
முட்ட தேடுர மாரி ஒரே எடத்துல தேடுனா... எப்படி
கெடப்பா...
நாலாபக்கமும் தேடுயா..”

“ஐயா...
ஒரு ஏரியா விடாம...
எல்லா ஏரியாளையும் தான் ஐயா தேடிட்டு
இருக்கோம்...”

என்று பல்லைக் கடித்தபடி கோபத்தை வெளிப்படுத்தாமல் பேசினார் காளிமுத்து.

“நீங்க நாலு பேரும்...
நாலு மணி நேரமா கிீச்சது போதும்...
ஒரு பத்து பேரா சேந்து தேடுங்க...”

“ஐயா அன்னபிசியலா...
எப்படி ஐயா..
பத்து பேர்...”

“எல்லா ஸ்டேஷன்ல இருந்தும் ரெண்டு பீசி வர
சொல்லு யா...
நான் சொன்னேன்னு சொல்லு...”

“இந்த நேரத்துல எப்படி ஐயா...
மழையா வேற இருக்கு...”
“மழையாவது மயிறாவது...
நான் வர சொன்னனு சொல்லி சீக்கிரம் வேலைய முடி....
பெரிய தலவலியா போச்சு...

நீ மொத ராணி மேடத்துக்கு போன் பண்ணு...
வெய்..."

"சரிங்க ஐயா..."

என்று காளிமுத்து சொல்லி முடிப்பதற்கு முன் கோபமாக உதவி ஆணையர் (அசிஸ்டன்ட் கமிஷ்னர்) அழைப்பை துண்டித்து விட்டார்.

தூக்கம் கலைந்த கோபத்தோடு ஏசி பேசிய வார்த்தைகளும் கைகோர்த்துக்கொண்டு காளிமுத்துவை வெறி பிடித்த மிருகமாக மாற்றிக்கொண்டிருந்தது.

"அவங்க ரெண்டு பேரையும் வர சொல்லுயா
பதவியும் பணமும் இருந்தா எல்லாம் பெரிய மயிறுனு
நினைச்சிக்குராங்க"

என்று வெகு வேகமாக கோபத்தோடு புலம்பி விட்டு கைபேசியை எடுத்து காதில் வைத்தார் காளிமுத்து.

"எவன் கூட படுத்துனு கிராளோ...
போன் எடுக்க மாட்றா..."

என்று பல்லை கடித்து விட்டு மீண்டும் கைபேசியை காதில் வைத்தார்

"ஹலோ மேடம்
காளிமுத்து பேசுரேன் மேடம்..."

"பேசு காளிமுத்து...
நல்லா பேசு..
நாளைக்கு டிவியில பேப்பர்ல...
எங்கள பேச வை...
அதான வேணும் உனக்கு..."

"மேடம்..."

என்று காளிமுத்து தயங்கினார்.

"என்னய்யா மேடம்...
பிரச்சன எவ்வுளோ பெருசுன்னு...
தெரியும் ல..
நாளைக்கு அவ கோர்ட்டுக்கு வந்து எல்லா உண்மையும் சொன்னா..
அவ்வளவுதான்..
கட்சிக்கு எனக்கு காலேஜ்க்கு எல்லாத்துக்கும் கெட்ட பேரு...
எலெக்ஷன் டைம்ல இப்படி ஆயிடுச்சுன்னு...
தலைவர் வேர ரொம்ப கோவத்துலகிராரு...
அவ அன்னைக்கு...
என்ன பாத்து சிரிச்சுட்டு போவும்...
போதே நெனைச்சன்...
ஏதோ வில்லங்கம் வைக்க போறேன்னு..
வச்சிட்டா..
நீ என்ன பண்ணுவியோ ஏது பண்ணுவியோ தெரியாது,..
அவள புடிச்சாகனும் புரியுதா வெய்..."

என்று பரபரவென பொரிந்துவிட்டு அழைப்பை துண்டித்தாள் ராணி.

கைபேசியை அருகில் வீசிவிட்டு தலையில் கை வைத்தபடி

"காலம் காலமா...
பிராத்தல் பண்ணானுங்க...
சின்ன பொண்ணுங்க...
படிக்கிற பொண்ணுங்கனு பாக்காம...
கூட்டிக்குடுத்தானுங்க....
இப்ப எவ்வளோ ஒருத்தி...
நல்லா வேட்டு வச்சிட்டா..."

என்று காளிமுத்து எரிச்சலாக புலம்பிக் கொண்டிருக்கும் போதே சீத்தாவை தேடிச்சென்ற இரண்டு கான்ஸ்டபிள்களும் ஏரி ஜீப்பின் பின் இருக்கையில் அமர்ந்தார்கள்

"யோவ் கான்ஸ்டேபில்..."

"ஐயா..."

"உப்ப துன்னவன்...
தண்ணி தானயா குடிக்கணும்.."

"ஆமா ஐயா..."

என்று *13* வருட அனுபவம் வாய்ந்த கான்ஸ்டபிள் கூறினார்.

"அப்பறம் ஏன் யா...
இவனுங்க
தேன நக்கனும்னு பாக்குறானுங்க..."

என்று கோபத்தின் உச்சியில் காளிமுத்து கத்தினான்.

"ஐயா...
புரில ஐயா..."

என்று மெதுவாக காற்றிக்கும் வலிக்காத படி அந்த கான்ஸ்டபிள் கேட்டார்.

"உனக்கு எப்படி யா புரியும்...
புரிஞ்சிருந்தா...
இந்நேரத்துக்கு நீ...
இன்ஸ்பெக்டரா இருப்பியே...

நக்கற நாய்...
அதுவா நக்கணும்...

நம்மல எடுத்து வாயில வைக்க சொன்னா கோவம் வராது..?

வண்டி எடுயா...”

என்று பரபரவென பொரிந்து தள்ளிய காளிமுத்து போலவே ஜீப்பும் அங்கிருந்து பரபரப்பாக கிளம்பியது.

தனிமையில் தமிழ்

நமக்கான பெண் அவள்தான் எக்காரணத்தைக் கொண்டும் அவளை விட்டு விட கூடாது என்று தீர்க்கமான முடிவுடன் கண்ணனின் கால்மெறி அச்சுகலை சுப்புரமணியம் பின்தொடர்ந்தான்.

மலர் தூவிய மணல் தேகத்தில்
கறைபடிந்த கண்ணனின் கால் தடங்கள்

அமராவதியை அனைத்து ஆலிங்கனம் செய்த சுப்புரமணிக்கு, அவள் மேல் விழுந்திருந்த கண்ணனின் கால் கீறல்கள் இருளை பிளந்த மின்னலாய் நெஞ்சைப் பிளந்தது.

ஆறுதல் சொல்ல ஆள் இல்லாததால் அமராவதியுடன் பேசத் தொடங்கினான் சுப்புரமணி.

“அந்த கார் மேக கண்ணன் உன் சுவரிசத்தை தீண்டிருந்தால் கூட பொறாமை தான் கொண்டிருப்பேன் கோபம் கொண்டிருக்க மாட்டேன்.

வேசிகளை ருசி பார்க்கும் வெளியுலக உத்தமர்களை, உத்தமர்களாக காட்சி செய்யும் உத்தமன் கண்ணன்.

அந்த உத்தமர்கள் பரிசளித்த வெகுமானத்தில் பகுமானமாக அவன் போட்டு வந்த செருப்பு.

சிரிப்புதான் வருகிறது அமராவதி

மனித சஞ்சாரங்களை விட்டு வெகுதூரம் வந்த என் மனதில் காதல் கரைபுரள்கிறது,

உன்னால் உணர முடிகிறதா அமராவதி

மனிதனின் தலையீடு இல்லாமல், நீ கற்பழிக்க படாமல், கன்னிப்பெண்ணாய் இருக்கும் ஒவ்வொரு இடத்திலும்,

நான் உனக்கு காதலன் ஆகிறேன்

உனது கன்னித்தன்மையை களங்கப்படுத்தாத காதலனாக, அருகில் உன்னை அணைத்தபடி, தொலைவில் உன்னை இரசித்தபடி, நினைவில் உன்னை உணர்ந்தபடி பயணித்துக் கொண்டே இருப்பேன் அமராவதி.

நீ அமராவதியா அல்லிக்கொடியா?
ஆற்றங்கரை யா..?
ஆறாம் அறிவா..?
காவிரி நீரா, ..?
கதிரவன் கனலா..?
விரல் தீண்டும் காற்றா..?
மண்ணோடும் ஊற்றா..?
வேர் தீண்டும் மண்ணா..?
கார் தீண்டும் மலையா..?

யார் நீ..

எப்படி அழைப்பது..?

எப்படி அழைத்தாலும்...
உன்னை வார்த்தைகளுக்குள் சிறை பிடிக்க முடியவில்லையே

ஏன்..?

இயற்கை என்ற வார்த்தைக்குள் உன்னை சிறை பிடித்து விட்டதாக நினைத்துக் கொண்டிருக்கிறார்கள் முட்டாள் மனிதர்கள்.

மனிதன் உன்னை கணக்கிட்டு முடிப்பதற்கு முன்பே, அவன் கணக்கை முடித்து விடுகிறாயே... கள்ளி...!

உன் மீது காதல் கொள்ள காரணங்கள் ஏனடி..?

என்னை இறுக்கி அணைத்து ஒரு இதழ் முத்தம் தருவாயா அமராவதி..''

என்று சொல்லிக்கொண்டே கீழே விழுந்து அமராவதியின் இதழ்களைச் சுவைத்தான் சுப்புரமணி.

அவளின் இதழில் ஈரப்பசையே இல்லை

ஆதலால் அவனின் இதழ் ஈரத்தை திருடிக் கொண்டு அவளுடைய உடல் அங்கங்களை பரிசளித்தாள்.

தன் உதடோடு ஒட்டி இருந்த அமராவதியின் பரிசை பத்திரமாக தன் தோல் பையில் உள்ள ஒரு காகிதத்தில் மடித்து வைத்துக்கொண்டு மேலும் அவளுடன் பேசத் தொடங்கினான்.

''எனக்கு என்ன ஆனது அமராவதி

உன் ஆழ்மனதில் நீர் ஊற்று எடுப்பதைப் போல,

என் ஆழ்மனதில் தமிழ் ஏன் ஊற்றெடுக்கிறது..?

என்ன காரணம்..?

உன்னில் நான் கொண்ட காதல் என்பதாலா..?

உணர்வுகளை சுமந்து செல்லும் மொழி என்பதாலா..?...''

என்ற சுப்புரமணியன் கேள்விக்கு என்னாலும் பதில் சொல்ல முடியவில்லை.

ஆழ்கடலின் தெளிவை போல
அந்தணரின் அமிர்தம் போல
தளிரின் புதுமை போல
பழந்தமிழ் இனிமையானது

நம் உயிருக்கு நேரானது
காதுகளுக்கு சுவையானது
கற்பனைக்கு கடலானது
வரலாற்றில் அமுதமானது
அது எதிர்பார்ப்புகள் இருக்கும் இடத்தில் குடி கொள்ளாது.

உரையாடல்கள் எப்பொழுதும் எதிர்பார்ப்புகள் உடையது.

உன்னுடையது உரையாடல் அல்ல நிறையாடல்.

நிறைந்த மனதோடு இயற்கையானவளை

போற்றி புகழ்கிறாய்...
எடுத்து இரசிக்கிறாய்...
பிரித்து படிக்கிறாய்...
உறைந்து உணர்கிறாய்...

ஆழ்மனதின் அன்பையும் காதலையும் நிறையாடலாக வெளிப்படுத்த நினைக்கும் பொழுதே தலையாய தமிழ் ஆழ்மனதில் தடம் பதித்து விடும்.

இப்படியாக சில காரணங்களைச் சொல்லி தற்போதைக்கு அவனை சமாளித்து விட்டேன்.
வேறென்ன செய்வது இக்காலத்தில் தனிமையில் தானே தமிழ் பேச முடிகிறது.

நிழல்கோட்டைக்கு உட்பட்டே வெகுதூரம் அமராவதியின் மேல் அவன் பயணித்துக் கொண்டிருந்தான்.

சற்று தூரத்தில் அமராவதியின் அக்கரையில் ஒரு நீரோடை தென்பட்டது, அவன் கைப்பற்ற வேண்டிய அமராவதியின் அழகு உடலை ஆதவன் கைப்பற்றி விட்டான். மேற்கு சூரியனின் இளஞ்சிவப்பு அமராவதியை ஆலிங்கனம் செய்து கொண்டிருந்தது.

சற்று பொறாமையோடு வான்நோக்கி கதிரவனை முறைதான் சுப்புரமணி.

மாலைச் சூரியன் அமராவதியின் அழகில் மயங்கி கொண்டிருந்தது. அதைப் பார்த்தவுடன் பித்துப் பிடித்தவனாய் மீண்டும் தமிழில் புலம்பத் தொடங்கினான்.

"....
என்னை கொள்ளை கொண்ட கள்ளியே,
கதிரவனோடு ஏன் கள்ளத்தனம்,
காதலன் நான் அருகில் தானே இருக்கிறேன்
பிறகு ஏன் உன் நீரோடை முந்தியை கதிரவனுக்கு விரித்தாய்.

அமராவதி..!

முந்தியில் முகம் பதித்த...!
முப்பது நிமிடமும் தருவாயா..!
முணங்களும் இல்லாமல்..!
முள்ளும் குத்தாமல்..!
முகம் மட்டும் முகர்வேனே..!

...."

என்று புலம்பிக்கொண்டே அந்த நீரோடை அருகில் சென்று அதன் கரையில் படுத்து தன் வலது கன்னத்தை மண்ணோடு மண்ணாக வைத்து மோகம் கொண்ட மன்மதனாய் மேலும் கீழும் உரசிக் கொண்டிருந்தான்.

நான்கு நாட்கள் திருமுக்கூடலூரில் திரிந்ததால் வந்த வினையோ என்னவோ சுப்புரமணியிடம் கடந்த சில மணி நேரமாக பெரும் மாற்றம்.

அவனை பேய் பிசாசு அடித்திருக்குமோ என்ற ஐயம் கூட எனக்கு எழுகிறது, எதையும் நிச்சயமாக சொல்ல இயலவில்லை.

தற்போதைக்கு சுப்புரமணியை அவன் போக்கிலேயே விட்டு விடுவோம்.

பிறைமார்பன் பள்ளியறை

அழகின் அந்தரங்கம் என்ன..?
அழகின் இரகசியம் என்ன..?
அழகு கண்களுக்கு சொந்தமானதா இல்லை மனதிற்கு சொந்தமானதா..?

ஒன்றை அழகு என்று ஏன் உணர்கிறோம்

நம் கண்களுக்கு அழகாய் தோன்றும் ஒன்று மற்றவர்களுக்கு ஏன் அவ்வாறு தோன்ற மறுக்கிறது

அழகின் தாற்பரியம் என்ன..?

அடைமழை அழகுதான்
கோபுர வாசிகளுக்கு..!

குடிசை வாசிகளுக்கு..?
ஒழுகும் கூரை தான் முடிவு செய்யும்.

அடைமழை அனைவருக்கும் பொதுவானதே அதை அழகாய் பார்ப்பவர்களும் அரண்டு பார்ப்பவர்களும் நமக்கு அருகிலே தான் இருக்கிறார்கள்

அழகை "அழகு" என்று வரையறை செய்வதற்கு நமக்கு ஏற்பட்டிருக்கும் இத்தனை குழப்பங்கள், நிச்சயமாக பிறைமார்பனுக்கு ஏற்படவில்லை,

ஏனெனில் அவன் தேவதைகளுக்கு அழகை யாசகமாக கொடுக்கும் பேரழகியை இரசித்துக் கொண்டிருந்தான்

அவள் முகத்தில் இருளை அண்டவிடாமல் மேஜை விளக்கு வெளிர் மஞ்சள் ஒளிக்கதிர்களால் அரண் அமைத்துக் கொண்டிருந்தது.

மஞ்சள் ஒளியில் வில்லென வளைந்திருக்கும் அவளின் சிவந்த உதடுகள் மோகம் பூசிய அம்புகளால் இடைவிடாமல் நம் இதயத்தை தாக்கிக் கொண்டிருந்தது.

அதில் ஓரிரு அம்புகள் என் இதயத்திலும் தைத்துவிட்டது.

சற்று விலகி நில்லுங்கள் உங்கள் இதயத்திலும் தைத்துவிடப்போகிறது.

இமைக்க வேண்டாம் நான் அவளை இரசித்துக் கொண்டிருக்கிறேன் என்று முதன்முறையாக கண்கள் இமைகளுக்கு கட்டளையிட்டது.

விளக்கின் மஞ்சள் நிற ஒளிக்கதிர்களோடு பொன்னாய் மின்னும் அவளின் கண்கள் போட்டியின்றி வெற்றி வாகை சூடி கொண்டது.

அவளின் கன்னத்தை ஒருமுறை தொட்டுப் பார்க்க வேண்டும் என்ற கான்ஸ்டபிளின் ஆசையை ஏற்றுக்கொள்ளத்தான் வேண்டும் என்று நினைக்கிறேன்.

மூடிய இமைகளின் முன்னழகும் மூக்கின் மினுமினுப்பும் மிச்சமின்றி என்னை இச்சை கொள்ளச் செய்தது.

அவளின் புருவமும் நெற்றியும் நெறி தவறாமல் நிறைவேற்றிய இலக்கணம் என்று நிச்சயம் எழுதலாம்.

கழற்றி வைத்தால் கடைத்தேராமல் போய் விடுவோம் என்ற அச்சத்தில் அவளுடைய தோடுகள் அவளின் காதுகளை இறுக்கமாக பிடித்துக் கொண்டிருந்தது.

பூவுடன் சேர்ந்த நாராய் அவள் காதுடன் சேர்ந்த தோடுகள்

மீதமுள்ள அவளின் உடல் அங்கங்களை பிறைமார்பன் போர்த்திய போர்வை தனது கட்டுப்பாட்டிற்குள் வைத்திருந்தது.

போர்வைக்குள் சென்றால் நிச்சயமாக நான் போர்வைக்குள்ளேயே ஆயுள் கைதி ஆகிவிடுவேன் என்று எனக்குத் தெரியும், வேண்டுமானால் மன உறுதி உள்ளவர்கள் மட்டும் அவளின் போர்வைக்குள் சென்று பார்த்துக் கொள்ளுங்கள். ஆனால் அந்த சிறைக்கு ஜாமீன் கிடையாது என்பதையும் நினைவில் வைத்துக் கொள்ளுங்கள்.

அழகை இரசித்த பின்பே அதை அனுபவிக்க ஆசை தோன்றும் ஆனால் இங்கு நிகழ்ந்தது விசித்திரமான வேடிக்கை, சீத்தாவை அனுபவித்த பின்னே பிறைமார்பன் அவளை இரசித்துக்கொண்டிருந்தான்.

புதிதாய் பின்னிய சிலந்தி வலைவயின் ஈரப்பசையில் இறைகள் சிக்குவதற்கு முன்பு சில தூசுகள் சிக்கிக் கொள்வதை போல பிறைமார்பனின் பள்ளியறையை காட்சி படுத்த நினைத்த என்னுள் பரிசுத்தமான தூசுகளாய் சில வார்த்தைகள் சிக்கிக் கொண்டது.

"என்னை பிடித்து
அழகில் மடித்து
இதழில் சுவைத்து
நெஞ்சில் புதைத்தவளே
உயிரில் கரைவாயா
உலகம் தருவாயா"

சுப்புவிற்கு ஏற்பட்டது போலவே எனக்கும் ஏதோ ஆகிவிட்டது, எனது காதலை வர்ணிப்பது போல் சீத்தாவை வர்ணித்துக் கொண்டிருக்கிறேன்.

அளப்பரிய காதலை மனதில் வைத்துக் கொண்டு, பேசுவதற்கு வார்த்தைகள் சிக்காமல் திணறும் தொலைதூர காதலர்களின் சந்திப்பை போலத்தான், இந்த இரவை பிறைமார்பனின் பள்ளியறையும், மேஜை விளக்கும், கட்டிலும் போர்வையும், வேட்டியும், சட்டையும் கடந்து கொண்டிருக்கிறது.

காவல்நிலையம் கிளம்பியது

உச்ச கட்ட பரபரப்பில் காவல் நிலையத்தை வந்தடைந்தது காளிமுத்துவின் ஜீப்.

ஜீப்பின் சக்கரங்கள் முழுமையாக சுழற்சியை நிறுத்துவதற்கு முன்பே காளிமுத்து கடகடவென இறங்கி காவல் நிலையத்திற்குள் ஓடினான்.

"யோவ் ஏட்டு...
ஸ்டேஷனுக்கு ரெண்டு பேர்ன்னு...
பத்து பீசி...
பத்து நிமிஷத்துல இங்கு இருக்கணும்..."

"சரிங்க ஐயா..."

"யோவ் ரைடர்...
அந்த எஸ் ஐ மணிக்கு போன போட்டு ஒடனே இங்க வர சொல்லு..."

என்று இருவருக்கும் ஆணையிட்டுவிட்டு வேக வேகமாக அலமாரியை திறந்து அந்த ஊர் சுற்றுவட்டாரத்தின் வரைபடத்தை எடுத்து மேஜை மீது வைத்தான்.

காளிமுத்துவுடன் வந்த இரண்டு கான்ஸ்டபிளும் வேகவேகமாக வந்து அருகில் நின்றனர்

"யோவ் இந்த மேப்ல காட்டு நீங்க எங்களாம் போய் தேடுனீங்க..."

"ஐயா..."

என்று இருவரும் தயங்கினார்கள்.

"சரி அந்த பொண்ணு சிட்டிய விட்டு வெளியே
போலனு...
எப்படி சொல்றீங்க.."

"ஐயா நானும் மணி ஐயாவும்..."

என்று கான்ஸ்டபிள் பேசத் தொடங்கும் பொழுதே எஸ் ஐ மணி உள்ளே வந்தார்.

"வணக்கம் சார்..."

"வாங்க சார் ஒக்காருங்க"

என்று எஸ்ஐ மணியை உட்காரச் சொல்லிவிட்டு

"சார்...

அந்த பொண்ணு சிட்டி லிமிட்ட விட்டு வெளியே
போல ன்னு...
எப்படி சார் சொல்றீங்க.."

என்று எஸ்ஐ மணியிடம் காளிமுத்து கேட்டார்.

"சார் சாயங்காலம்...
நாலு மணிக்கே அந்த பொண்ணு...
காலேஜ்ல இருந்து கௌம்பி..
ஒரு பர்சனல் மேட்டரா...
சிவ கிருஷ்ணா ஹோட்டல்க்கு போய் இருக்கா சார்..."

என்று மணி சொல்லிக் கொண்டிருக்கும் பொழுதே எஸ்ஐ காளிமுத்து குறுக்கிட்டார்

"சார்...
சிவ கிருஷ்ணா ஹோட்டல்...

கதை எல்லாம் எனக்கு வேணாம்...
அந்த பொண்ண நீங்க...
லாஸ்ட்டா எங்க பாத்தீங்க...
இல்ல அவ எங்க இருந்து எத்தனை மணிக்கு எஸ்கேப் ஆனா...
அத மட்டும் சொல்லுங்க...''

''சார் கொஞ்சம் பர்சனலா பேசலாமா''

என்று சற்று இரகசியமாகவும் தயக்கத்தோடும் எஸ் ஐ மணி கேட்டதும்,

சற்று அமைதி காத்து விட்டு கான்ஸ்டபிள் இருவரையும் காளிமுத்து தனது முறுக்கு மீசையாலும் கம்பீர பார்வையாலும் வெளியே செல்ல கட்டளையிட்டார்.

இரண்டு கான்ஸ்டபிள்களும் வெளியே சென்றதை உறுதி செய்துவிட்டு

''சார் மினிஸ்டர்...
வடிவேல் இருக்கார் ல..
அவரு இந்த கேஸ்ல நேரடியா சம்பந்தப்பட்ட இருக்காரு சார்...
அதனால இது யாருக்குமே... தெரியக்கூடாதுன்னு ராணி மேடம் சொல்லிட்டாங்க சார்...''

என்று கிசுகிசுத்தார் எஸ் ஐ மணி.

''கேச இன்வெஸ்ட்டிகேட் பண்ற எனக்கும் தெரியக் கூடாதுன்னு...
ராணி மேடம் சொல்லிட்டாங்களா சார்''

என்று சற்று நக்கலாக கேட்டார் காளிமுத்து.

''அப்படி இல்ல சார்...

இதுல மினிஸ்டர் பொண்ணு சம்பந்தப்பட்ட
இருக்காங்க சார்..
அதான்..''

என்று வார்த்தைகளை வாயோடே இழுத்து அடக்கினார் மணி.

''சார்...
யாரு வேணாலும் இருக்கட்டும்...
நான் கேக்குற டீட்டெல்ஸ்ச கொடுத்தா தான்.. என்னால
கேச புரோசீட் பண்ண முடியும்...
இல்லனா என்னால ஒண்ணும் பண்ண முடியாது...''

என்று தெளிவாகவும் அழுத்தமாகவும் தெரிவித்தார் காளிமுத்து.

''சொல்லுங்க சார்...
இப்போ உங்களுக்கு என்ன சார் வேணும்...''

என்று மணி பரபரப்பாக கேட்டுக் கொண்டிருக்கும் பொழுதே வெளியிலிருந்து ஒரு குரல் கேட்டது.

''ஐயா பத்து பீசியும் வந்தாச்சு ஐயா...''

விறுவிறுவென காளிமுத்து தனது இருக்கையை விட்டு எழுந்து வெளியில் வந்தார்.

பத்து கான்ஸ்டபிள்களும் காளிமுத்துவை பார்த்தவுடன் கால் சல்யூட் அடித்தார்கள்

''யோவ் எல்லாரையும் வண்டில ஏத்து...
யோவ் ஏட்டு...
ரைடர் நீங்க கௌம்புங்க...''

என்று சொடக்குப் போட்டபடி சொல்லிவிட்டு

''மணி சார்...
ஜீப்ல ஏருங்க...

போற வழில பேசிக்கலாம்...''

என்று சொல்லிவிட்டு வேகவேகமாக ஜீப்பை நோக்கி முன்னேறினார் காளிமுத்து.

காவல் நிலையமே ஒட்டுமொத்தமாக விறுவிறுவென கிளம்பியது

மணியும் விறுவிறுவென ஜீப்பிற்கு அருகில் ஓடி வந்தார்.

''சார் நா வரல சார்...''

என்று காளிமுத்துவின் காதிற்கு அருகில் முணுமுணுத்தார்.

''ஏன் சார்...
ராணி மேடத்துக்கு...
தேவப்பட்டவங்களான்...
மாட்டிக்க கூடாதா...''

என்று சிரித்தபடியே மணியை சற்று நேரம் பார்த்துவிட்டு

''எடுயா வண்டிய...''

என்றார்.

ஆழ்மனம்

"...

தசை துவாரங்கள் தத்தளித்தபடி..!
இசை சுவரங்களை சித்தரிக்குதடி..!
திசை எட்டையும் தொட்டுவிட்டபடி..!
விசை என்னிடம் உச்சரிக்குதடி..!

அமராவதி..!

காற்றாய் மாறி உன்னில் கரைய வேண்டும்..!
கற்களாய் மாறி உன்னை சுமக்க வேண்டும்..!
கவிதையாய் மாறி உன்னை எழுத வேண்டும்..!

அடுத்த பிறப்பில் அமராவதி...

..."

கதிரவனும் இவன் புலம்பலை ஏற்றுக் கொள்ள முடியாமல் சற்று விரைவாக வீடு சென்று விட்டான் என்று நினைக்கிறேன்.

உறவில் உரைந்திருந்த அமராவதியையும் கதிரவனையும் பிரித்து வைத்துவிட்டு தண்ணீரை கலங்க செய்தபடி நீராடி கொண்டு இல்லை நின்று கொண்டிருந்தான் சுப்புரமணி.

சற்று நேரம் கதிரவனின் கடைசி கதிர் வீச்சுகளை கவனித்தபடி

"...
உன் காதலன் நான் அருகில் வந்தவுடன் உன்னை பலவந்த படுத்தியவன் பயந்து ஒளிந்து கொள்கிறான் பார் அமராவதி
..."

இறைவா இவன் மீண்டும் புலம்பத் தொடங்கி விட்டான் இதற்குமேல் இவன் புலம்பலை கேட்பதற்கு எனக்கு பொறுமை இல்லை இவனுடன் பேசினால் எங்கே மீண்டும் எதையாவது உலர போகிறான் என்ற ஐயத்தில் தமிழுக்கு காரணமான அவனுடைய ஆழ்மனதிடமே பேச முடிவு செய்தேன்.

"யார் நீ...
சுப்புரமணியை என்ன செய்தாய்
ஏன் அவன் இங்கு வந்த பிறகு இப்படி மாறி விட்டான்.."

என்று சில கேள்விகளை முன்வைத்தேன்

"சுப்புரமணி ஒரு குறை வாசி
உறவுகள் மீதும்
உலகத்தின் மீதும்
அவ்வளவு ஏன் திருமண வாழ்வின் மீதும் நம்பிக்கை இழந்தவன்..."

"ஏன்...?
நம்பிக்கை இழக்கும் அளவிற்கு என்ன நேர்ந்தது..."

"அவன் பார்த்த சில நிகழ்வுகள்
அவன் ஆழ் மனதாகிய என்னை
வெகுவாக பாதித்தது...
அவன் ஒரு பெண்ணை தேடி...
அலைவதற்கும் நானே காரணம்..."

"அப்படி என்ன நிகழ்வுகள்...
உன்னை பாதித்தது நம்பிக்கை இழக்கும் அளவிற்கு..."

என்று கேட்டவுடன், தன்னுள் பல புகையை புதைத்து வைத்து, சுப்புரமணியை அவ்வபோது எரியச் செய்யும் சில சம்பவங்களை கண்முன் காட்சிப்படுத்தியது ஆழ்மனம்.

காட்சி-1

அன்று இரவு அடுப்பில் குழம்பும் அடுப்பங்கரையில் அம்மாவின் மனமும் அனலில் கொதித்துக் கொண்டிருந்தது.

"டேய் உப்பு எடுத்தா டா"

என்று சற்று கொதிப்பை குரலிலும் கலந்து அம்மா என் செவிக்கு அனுப்பினாள்.

"எத்தன வாட்டி மா கூப்டுவ...
கொழம்பு வைக்க தான போன...
என்ன என்ன வேணும்னு முன்னாடியே தெரியாதா..
போ என்னால முடியாது."

என்று அம்மாவின் செவிகளுக்கு குரலில் சற்று வெறுப்பையும் சலிப்பையும் கலந்து அனுப்பினேன்.

"எத்தன வாட்டி கூட்டா இன்னா...
ஏன்...
எடுத்தாந்து குடுத்தா... கோரஞ்சுடுவியா.."

என்று கோபத்தையும் எகத்தாளத்தையும் கலந்து மறுமொழி அனுப்பினாள்.

"ஆமா...
கொறஞ்சி தான் போவுது...
நீ கடுவுக்கு ஒருவாட்டி...
தாலுக்கு ஒருவாட்டி...
வத்தி பொட்டிக்கு ஒருவாட்டி னு

கூட்டனே இருப்ப..
நான் வந்துனே இருக்கனுமா..?"

என்று கோபத்தை அனுப்பினேன்.

"ச்ச...
இதுங்களுக்கு ஜென்மத்த செருப்பால அடிச்சி...
சம்பாரிச்சும் கொட்டனும் வடிச்சும் கொட்டனும்..."

என்று வெறுப்பை விஷமென குரலில் கலந்து தெளித்துக் கொண்டே அடுப்பங்கரையில் இருந்து வீட்டிற்குள் வந்தாள்.

அம்மா தெளித்த குரல் துளிகள் அப்பாவின் செவிகளில் பட்டுவிட்டது.

உப்பை எடுத்துக் கொண்டு வெளியில் வந்தவளை ஓங்கி ஒரு அறை விட்டு

"சம்பாரிக்கிற திமுரா...
நீ எங்களுக்கு வடிச்சி கொட்டன...
வரைக்கும் போதும் வெல்லபோ..."

அப்பாவின் அடி தாங்க முடியாமல் எதுவுமே பேசாமல் அழுதுகொண்டே வாசலில் நின்றாள்.

அவளை வெளியில் வைத்தபடியே கதவை தாழிட்டுவிட்டு என்னை பசியோடு உறங்க வைத்தார் என் தந்தை.

அன்று இரவு முழுவதும் பசியால் எனக்கு தூக்கம் வரவில்லை, ஏதாவது பேசினால் என்னையும் அடித்துவிட போகிறார் என்ற அச்சத்தில் நான் ஊமையாகி விட்டேன்.

அன்றிலிருந்து சில காலத்திற்கு எங்கள் வீட்டில் இரண்டு அடுப்பு இரண்டு சமையல் என்று அம்மாவும் அப்பாவும் தனித்தனியாக சமைத்தார்கள்.

அம்மா வெறும் ரேஷன் அரிசி வடித்து கஞ்சி குடிப்பாள். அப்பா கறி மீன் முட்டை என விதவிதமாக சமைத்து தருவார்.

பிடித்த இருசியான உணவு கிடைப்பதால் நான் அப்பா பக்கம் நின்றேன்.
அம்மாவிடம் பேசுவதையும் விட்டுவிட்டேன்.

இப்படியாக சுமார் ஒரு மாத காலம் கழிந்தது.

அதன்பின் ஒரு நாள் என் தேவைக்காக அம்மாவிடம் சென்று “அம்மா” என்று அழைத்தேன்

அவள் என்னை பார்க்கவும் இல்லை கண்டுகொள்ளவும் இல்லை மீண்டும் சற்று உரக்க

“மா...”

என்றேன்.

“ஒரு மாசமா...
வடிச்ச கஞ்சிய குடிச்சிட்டு கடக்குறேன்... அப்போலாம்
அம்மா கண்ணுக்கு தெரியல.. உங்களுக்கு ஒன்னு
தேவனா மட்டும்
நான் வேணுமா...
இத்தனை நாள் யார்கிட்ட...
இருந்தியோ அங்கேயே..
போ...”

என்று கலங்கிய கண்களுடன் குரல் வெதும்பியபடி அம்மா பேசிய காட்சி அப்படியே இருக்கிறது.

காட்சி 2

தெருவில் வாகனத்தில் புடவை விற்பவரிடம் 120 ரூபாய்க்கு புடவை ஒன்று அம்மா வாங்கினார்.

வெளியூர் பிரயாணம் செய்திருந்த அப்பா வீடு திரும்பியவுடன்.

"என்ன கேக்காம...
பொடவ எடுக்கிற அளவுக்கு ஆயிடுச்சா...
அப்புறம் நான் எதுக்கு ஆம்பளன்னு இந்த ஊட்ல
இருக்கனும்...
எல்லாத்தையும் உங்க இஷ்டத்துக்கே பன்னுங்க.."

என்று உச்சகட்ட கோபத்தில் கத்திக் கொண்டே வீட்டை விட்டு கிளம்பினார்.

"எல்லாத்தையும் உன் கிட்ட கேட்டு கேட்டு தான்
செய்வாங்களா...
எனக்கு ஒரு பொடவ எடுக்க கூட உரிம இல்லையா..
நான் என்ன உன் காசுலியா வாங்குனேன்...
என் காசுல வாங்குனேன்...
நான் சம்பாரிக்குறேன் நான் வாங்குறேன்"

என்று முதன்முறையாக அம்மா அப்பாவை எதிர்த்துப் பேசினாள்.

"சம்பாதிக்கிற திமிரு...
இதுக்கு மேல உனக்கு...
என் வீட்ல எடம் கெடையாது
வெளிய போ..."

"போறன் நீயே...
நிம்மதியா ஆக்கி துன்னுகுனு இருந்துக்கோ...

நானும் எவ்வளவு நாள்தான் பொறுத்துப் பொறுத்து
போறது...

நான் இன்னா...
அவளோ எளக்காரமா போயிட்டனா...
கல்யாணம் ஆன நாள்ல இருந்து... எல்லாத்துக்கும்
கணக்கு பாத்துகுனு...
நீ சம்பாரிச்சு...
நீ சாட்டுகுனு ...
நா சம்பாதிச்சு நா சாட்டுகுனு,
ஊருக்கு தெரிஞ்சா மானம் போயிடும்னு எத்தன நாள்
நான் இப்படி மக்கி மண்ண துன்னுகுனு போறது...”

என்று பரபரவென வார்த்தைகளை அழுதபடி இரைத்துவிட்டு கட்டைப் பையில் தன் துணிகளை எடுத்து வைத்துக் கொண்டிருந்தாள்.

நான் அம்மாவிடம் சென்று

“மா....
போகாத மா...
ப்ளீஸ் மா... போவாத மா...”

என்று அழுது கொண்டு அவளைத் தடுக்க முயற்சித்துக் கொண்டிருந்தேன்.

அவள் எதையுமே பொருட்படுத்தாமல் கையில் பையை எடுத்து கொண்டு என்னை பார்த்து..

“உனக்கு உங்க அப்பா வேணுமா...
நா வேணுமா...
உங்கப்பா வேணுனா இங்கேயே இருந்துக்க...
நா வேணுனா என் கூட வா..
ஆனா உங்க அப்பா மாரி வாய்க்கு ருசியா மீன் கொழம்பு
கறி கொழம்பு ஆக்கி போடமுடியாது... கஞ்சி தான்
முடியும்...”

என்று அப்பாவை குத்திக் காட்டுவது போல் அழுதுக் கொண்டே எனக்காக வாசலில் நின்றாள்.

"மா போவாத மா...
அப்பா சொல்லுப்பா
எனக்கு ரெண்டு பேரும் வேணுமா..."

என்று இருவரின் கைகளையும் விடாமல் பிடித்து அழுத காட்சி அப்படியே நிற்கிறது.

ஒரு நிமிடம் ஒரு நிமிடம் நில், என்னை கவனி, எனக்கு நேரமில்லை சுப்புரமணி, "**எழுபது மிளகாய்**" என்னும் என்னுடைய அடுத்த படைப்பிற்காக பல பயணங்கள் மேற்கொள்ள வேண்டி இருக்கிறது.

எப்படியும் உன் பக்கத்து நியாயங்களை மட்டும் தான் சொல்லப் போகிறாய் அதற்கு ஏன் காட்சிகள்.

உன்னை நீ விரைவாக நியாயப்படுத்திக்கொள் நான் செல்ல வேண்டிய நேரம் வந்துவிட்டது.

என்று நான் கூறியவுடன், என் முன் பல கேள்விகளை முன்வைத்தான்.

"...

நீயும் நானும் பார்க்கும் அனைத்து மனிதர்களும் ஏதோ ஒரு கணவன் மனைவிக்கு பிறந்தவர்களே.

இதில் எத்தனை பிள்ளைகளை கணவன் மனைவி வளர்த்திருப்பார்கள்..?

எத்தனை பிள்ளைகளை காலம் வளர்த்திருக்கும்..?

பிறந்து விட்டாலே நாம் வளரத்தான் போகிறோம், ஆனால் ஏன் பெரும்பாலான குடும்பங்களில்

“நான் வாழ்வதே என் பிள்ளைகளுக்காகத் தான்”

என்ற வார்த்தை கணவன் வாயிலிருந்தோ அல்லது மனைவியின் வாயிலிருந்தோ வந்த வண்ணம் இருக்கிறது.

ஆயிரம் சண்டைகள்,
ஆயிரம் அழுகைகள்,
ஆயிரம் பிரிவுகள்,
கணவன் மனைவிக்கிடையில் ஏன் மீண்டும் மீண்டும் வந்து கொண்டே இருக்கிறது..?
ஆணும் பெண்ணும் இணைந்து வாழ வேண்டும் என்ற எண்ணம் எதனால் உருவாகிறது..?

1. கடைசிவரை ஒரு துணையோடு இணைந்து வாழ வேண்டும் என்ற புரிதலிலா...?

இல்லை

2. தற்காலிகமாக ஒரு பத்து ஆண்டுகள் இளமை பசியை தீர்த்துக் கொள்ளவா...?

இல்லை

3. ஊருக்காகவா...?

4. தன் வறட்டு கௌரவத்திற்காவா...?

5. தனக்கும் திருமணமாகிவிட்டது என்று பெருமை பேசிக் கொள்வதற்காகவா ...?

என்னைப் பொருத்தவரையில் மூன்று தான் அதிக வாக்குகள் பெற்று வெற்றி பெறும்.

திருமணம் ஆனவுடன் ஏன் குழந்தை பெற்று கொள்ள வேண்டும்..?

குழந்தை வேண்டும் என்பதற்காகவா அல்லது காமத்தின் பரிசா..?

ஆளும் கட்சியும் எதிர்க்கட்சியும் ஒருவரை ஒருவர் குறை கூறிக்கொண்டும் அடித்துக்கொண்டும் மக்களை நடுத்தெருவில் விட்டு விடுவதைப் போல கணவனும் மனைவியும் குழந்தைகளை விட்டு விடுகிறார்கள்.

குழந்தைகளின் மன நிலையையும் சிந்தனை வளத்தையும் சீர்செய்ய தவறிவிடுகிறார்கள்.

தான் இறந்த பிறகு தன் ஒரே மகனுக்குதான் அனைத்து சொத்துக்களும் என்று தெரிந்தும் அதை மகனுக்கு எழுதி கொடுக்க மனமில்லாத பல தந்தைகள்.

தான் பெற்று வளர்த்த பிள்ளைகளை நம்பாமல் ஊரிலே தனக்கு நம்பிக்கையான யாரோ ஒருவரிடம் பணத்தை கொடுத்து வைக்கும் பல வயதான தாய்மார்கள்.

கணவர் வீட்டில் இல்லை அது வரை பேசு என்று யாரிடமோ பேசும் பல மனைவிகள்.

மனைவியை வீட்டில் விட்டுவிட்டு பல பெண்களை தற்காலிக மனைவிகளாக்கும் பல கணவர்கள்.

இதற்கிடையில் ஒன்றுமே அறியாத பல குழந்தைகள்.

பிள்ளைகளை உயர்ந்த குணங்களோடு வளர்க்க வேண்டும், என்ற உண்மையான புரிதலில் சிலர் மட்டுமே குழந்தை பெற்றுக்கொள்கிறார்கள். ஆனால் அவர்களும் சமுதாய மற்றும் பொருளாதார சூழ்நிலை காரணமாக குழந்தைகளை மறந்து விடுகிறார்கள்.

குழந்தைகளை பொருத்தவரையில் தான் ஆசைப்படுவதை யார் செய்து தருகிறாரோ அவரை

நல்லவர் தன் ஆசையை தவறு என்று நிராகரிப்பவர் கெட்டவர் அவ்வளவுதான்.

"குழந்தை" கணவன் மனைவி புரிதலில் உருவாகும் பொருளல்ல, இருவரின் உணர்தலில் உருவாகும் பொருள்.

உணர்தல் என்பது புரிதலை விட மிக உயர்ந்தது

நம் வாழ்வியலை உற்று கவனிக்கும் பொழுது நேற்றைய கணவன் மனைவியான தாத்தா பாட்டிகள் பெரும்பாலானோர், தான் பாராட்டி, சோறூட்டி, சீராட்டி வளர்த்த பிள்ளைகள் மீது நம்பிக்கை இழக்கிறார்கள்.

சில சமயம் பிள்ளைகளின் முதுகில் பாவச்சுமையை வைத்துவிட்டு கண் காணாமல் சென்று யாசித்து வாழ்கிறார்கள்.

இந்த நிலை இன்றளவும் தொடர்வதற்கு காரணம் என்ன...?

நேற்றைய கணவன் மனைவிகள் இன்றைய கணவன் மனைவிகளை சரிசெய்யாமல் விட்டுவிட்டது தான், என்று நான் நினைக்கிறேன்.

சரியான நேரத்திற்கு தன் குழந்தைகளை பள்ளிக்கு தயார் செய்யும் பல கணவன் மனைவிகள், சண்டையிலும் எரிச்சலிலும் தான், அன்றைய நாளை தொடங்குகிறார்கள், அதை குழந்தைகள் மீதும் திணித்து விடுகிறார்கள்.

'திருமணம் ஆகி ஐந்து வருடம் கழித்தே குழந்தை பெற்றுக்கொள்ள வேண்டும் என்று புதிதாக ஒரு சட்டம் இயற்றினால், பல குழந்தைகள் காமப்பசிக்கு பரிசுப் பொருட்கள் ஆகாது'

குழந்தை வளர்ப்பு என்பது அரிய கலை, கணவனும் மனைவியும் முதலில் மனதாலும் உயிராலும் ஒன்றாக கலந்திருக்க வேண்டும்.

பிறகே புதிய உயிரை பூவுலகிற்கு கொண்டு வர வேண்டும்.

ஆகையினாலேயே நான் இந்த முடிவுக்கு வந்தேன்.

நல்ல தந்தையாக இருந்து என் குழந்தையை காலத்திடம் ஒப்படைக்காமல், இயற்கை மீதும் உயிர்கள் மீதும் அன்பு கொண்ட உயர்ந்த குணங்களோடு வளர்க்கப் போகிறேன் என்றான் சுப்புரமணி.

...”

உன் கேள்விகளும் உன் சிந்தனைகளும் ஏற்றுக்கொள்ள கூடியதாக இருந்தாலும், உன் மனநிலை மிகவும் தவறு.

வழிவழியாக வரும் உலக இயல்பை நீ தவறான கண்ணோட்டத்தில் பார்க்கிறாய், என்று நான் சொல்லத் தொடங்கிய பொழுதே சுப்புரமணி குறுக்கிட்டு,

“....

சரி தவறலாம் அவரவர் வளர்ந்த சூழலையும், அதில் அவர் பெற்ற அனுபவங்களையும், அதில் அவர்கள் பெற்ற மறக்க முடியாத காயங்களையும் பொறுத்தது

உன் தவறு என் சரி

....”

என்று கோபமாக சொல்லிவிட்டு நீரோடையில் இருந்து மீண்டும் கண்ணனின் கால் மிதியடி அச்சுகளை பின்தொடர்ந்தான் சுப்புரமணி.

இவனுடன் இத்தனை நேரம் பேசியது முற்றிலும் தவறு, பேசாமல் அவனை பின்தொடர்ந்து இருக்கலாம், என்று என்னை நானே திட்டிக் கொண்டு நானும் கண்ணனின் கால் தடங்களை பின்தொடர்ந்தேன்.

சல்லடை போட்டார்

காற்றை கிழித்துகொண்டு காவல்துறை வாகனங்கள் பிறைமார்பன் குடியிருக்கும் பகுதியை நோக்கி பாய்ந்தது.

அதோடு சேர்ந்து அதிகாலை தூக்கம் தொலைந்த கோபமும் ஒவ்வொரு காவல்துறையினரின் இலத்தி மீது ஒட்டிக் கொண்டு பிறைமார்பன் குடியிருக்கும் பகுதியை வந்தடைந்தது.

வாகனங்கள் நிறுத்தப்படும் வேகத்திலேயே காளிமுத்து தன் முறுக்கு மீசையை காற்றில் உரசியக்கொண்டு சாலையில் இறங்கினார்.

அவர் இறங்கிய வேகத்திலேயே மீதமுள்ள கான்ஸ்டபிள்களும் இறங்கினார்கள்.

“எல்லாரும் நல்லா கேட்டுக்கோங்க...
கோர்ட சுத்தி அஞ்சு கிலோ மீட்டருக்கு...
உள்ள இருக்க ஒரு வீடு விடாம தேடுங்க..
சிட்டிய விட்டு வெளிய போனா..
திரும்ப உள்ள வர முடியாதுனு அவளுக்கு நல்லா தெரியும்..!
பெரிய விஷயம்ன்னு தெரிஞ்சுதான் பண்ணியிருக்கா
சோ கண்டிப்பா நாளைக்கு கோர்ட்டுக்கு வருவா...”

என்று அனைவருக்கும் கட்டளையிட்டு விட்டு வேக வேகமாக கைபேசியை எடுத்து ஏசி ஐ அழைத்தான்.

“சார்...
எஸ்ஐ காளிமுத்து பேசுறேன் சார்..

சார் நைட்ல துப்பாக்கி சத்தம் கேக்குறதா...
ஸ்டேஷனுக்கு ஒரு அனானிமஸ்..
கால் வருது சார்...
அதனால கோர்ட அ சுக்தி 5 கிலோ மீட்டர்... ரேடியஸ்கு
அண்பிளான்டு அர்ஜன்ட்
சர்ச் பண்றேன் சார்..."

"யோவ் காளிமுத்து...
நீ பொழசிப்பயா பொழச்சிப்ப...
சரி இப்ப நான் என்ன பண்ணனும்..."

"எனக்கு அபிசியலா அர்ஜெண்டா ஒரு கம்பனி போலீஸ் வேணும்..."

"நல்லது அனுப்புரேன் வெய்"

"ஓகே சார்..."

என்று அழைப்பை துண்டித்து விட்டு விறுவிறுப்பாக ஒரு வீடு விடாமல் சல்லடை போடத்தொடங்கினான் காளிமுத்து.

இலக்கணப் பிழை

கண்ணனின் மிதியடி அச்சுக்கள் அமராவதியின் அக்கரையில் இருக்கும் குடிசைக்கு அழைத்துச் சென்றது.

மாலை சூரியன் முற்றிலும் மறைந்ததால் மணலில் நீர் ஊறுவதைப் போல பகலில் இருள் ஊறிக் கொண்டிருந்தது.

குடிசை வாசலுக்கு சென்ற சுப்புரமணி

"ஏங்க ஏங்க...
ஊட்ல யாருங்க...
என்று கேட்டான்..."

ஒரு நடுத்தர வயதான பெண் வெளியில் வந்தாள். பார்ப்பதற்கு சற்று கலையாகவும் கட்டுக்குலையாமலும் இருந்தாள்.

"உன்னு இருட்டவே இல்லையே...
அதுக்குள்ள வந்ட்டியா"

" ஐயோ நா அதுக்காக வரல "

"வேற எதுக்கு இம்புட்டு தூரம்...
கால் கடுக்க வந்த..."

"இங்க சின்ன பொண்ணு ஒருத்தங்க இருக்காங்களாமே
அவங்கள பாக்கணும்..."

என்றவுடன் அவள் முகம் சற்று மாறத் தொடங்கியது.

ஏன் மாறுதல் என்று சரியாக ஊகிக்க முடியவில்லை ஆனால் சற்று நேரத்தில் வெறுப்பை வெளிப்படுத்தும் என்று நினைக்கிறேன்

"அவ தான் வேணுமா நா பொண்ணா தெரிலியோ"

என்று அவனை கண்டுகொள்ளாத படி உள்ளே சென்றுவிட்டாள்.

"இல்லங்க"

என்று சொல்ல வாய் திறந்த சுப்பு, எதுவும் பேசாமல் அங்கேயே மண்ணில் ஒரு ஓரமாக அமர்ந்து கொண்டான்.

சற்று நேரம் கழித்து குடிசைக்குள் இருந்து குரல் மட்டும் வெளியில் வந்து விழுந்தது.

"உன் மூஞ்சலா அவ ஏத்துக்க மாட்டா
நேரத்தோட ஊட்டுக்கு போ"

என்று கோபத்தை கலந்து அந்தப் பெண் வீசினாள்.

எதையும் செவிக்குள் சேர்த்துக்கொள்ளாமல் அங்கேயே அமைதியாக அமர்ந்திருந்தான் சுப்பு.

அழகான அரும்பு மீசையும், சீரமைந்த குறுந்தாடியும், முகத்தில் மாநிறமும், ஆறு அடி உயரமும் கொண்ட வசீகர தோற்றம் உடையவன் சுப்புரமணி.

காற்றில் கலைந்த வகிடு எடுக்காத தலைமுடி தான் அவன் அழகில் சற்று உப்பு காரம் இட்டு ருசியை கூட்டுகிறது.

ஆனால் இந்த ருசியெல்லாம் அவளுக்கு பிடிக்குமா என்று தெரியவில்லை.

காற்றில் ஒரு இளம்பெண்ணின் வசனம் சுப்புரமணியின் முகர்வை தீண்டியது.

முகர்வை பின்தொடர்ந்து தலையை அதற்கேற்ப அசைத்து எழுந்து நின்றான்

தேவலோக பேரழகி அமராவதியின் ஆற்றங்கரையில் அமைந்திருந்த குடிசையை நோக்கி வந்து கொண்டிருந்தாள்.

இனிமையான மாலையில் இன்புற்ற முகமலர்ச்சியோடு வந்தவள், சுப்புவை பார்த்தவுடன் இரக்கமற்ற முகபாவனையை வரவழைத்துக் கொண்டாள்.

"யார் நீங்க உங்களுக்கு என்ன வேண்ணும்"

என்று கோபமாகக் கேட்டாள்.

"என் பேர் சுப்புரமணி, உங்கள தேடி இந்த ஊர்ல நாலு நாளா சுத்திட்டு இருக்கேன்."

"நாலு நாளா தேடுறீங்களா...
ஏன் அப்படி என்ன முக்கியமான விஷயம்..."

என்று கேட்டபடி அவள் வளர்த்து வரும் சில வாத்துக்களுக்கும், நாலைந்து கோழிகளுக்கும், சில குழந்தை செடிகளுக்கும் தண்ணீர் விட்டாள்,

"ஒன்னும் இல்ல உங்க கிட்ட கொஞ்சம் தனியா பேசணும்"

"இத விட ஒரு தனியான எடம் இந்த ஊருலேயே கெடையாது, என்று சிரித்தபடி சொன்னாள்"

சுப்புரமணி நம்மிடம் புலம்பி உளறிய கேள்விகளை எல்லாம் அவள் காதுகளுக்கும் நகல் எடுத்து அனுப்பினான்.

"ஹ....ஹ...."

என்று பலமாக சிரித்துவிட்டு.

"நான் யாரு என்ன பண்ணுரேன்னு
தெரிஞ்சு தான வந்த"

"ஆமா"

"அதான் சிரிச்சேன்"

"ஏன்...?"

"இல்ல என்ன நேர்ல பாத்தும் புத்தி தடுமாறாம பேசுற
மொத ஆம்பளையா பாக்குறேன்"

என்று மீண்டும் சற்று சிரித்துவிட்டு

"உன் கேள்வி சிந்தனை...
எல்லாம் கரெக்டு தான்...
ஒரு வகைல நானும் உன்ன மாரி ஆள்தான், ஆனா
இதல்லாம் ஏன் என்கிட்ட
சொல்லிட்டு இருக்க...
நான் என்ன பண்ண முடியும்.."

என்று கேட்டாள்.

"சற்றுத் தயங்கியவனாய்,
கொழந்த பெத்துகுடுக்கனும்"

என்றான்.

சற்று நேரம் அமைதி காத்துவிட்டு பேய் அறைந்தவளாய்,

"கல்யாணம் பண்ணிக்கலாம்னு சொல்றீங்களா"

"இல்ல கல்யாணம் இல்ல, கொழந்த மட்டும் பெத்து குடுத்தா போதும்"

"என்னங்க இவ்ளோ நேரம் தெளிவா பேசிட்டு இப்ப லூசு மாரி பேசுறீங்க"

"இல்லங்க நானும் எத்தனையோ பேர் கிட்ட கேட்டுடேங்க, எல்லாருமே வேணும்னா கல்யாணம் பண்ணிகோ
தொழில உட்டுட்டு எப்படி,
அதுவும் கொழந்த பொறந்ததுக்கு அப்புறம் அழகு போயிடும்னு,
முடியாதுன்னு சொல்லிட்டாங்க,
நா என்ன சொல்ல வரேன்னு கூட
காதுல வாங்க மாட்ராங்க...
நீங்களாவது என்ன புரிஞ்சுக்கோங்க"

"பைத்தியமா நீங்க, வேணும்னா ஏதாவது ஆசிரமத்துல இருந்து கொழந்தைய
தத்தெடுத்து வளங்க"

"இல்லங்க என் குழந்த கூட கருல இருந்தே நெறைய பேசி நெறைய பழக போரேங்க"

"அப்போ போய் கல்யாணம் பண்ணுங்க"

"இவ்ளோ நேரம் உங்க கிட்ட என்ன தாங்க சொல்லிக்கிட்டு இருந்தேன் மறுபடியும் கல்யாணம் பண்ண சொல்றீங்க"

“பின்ன நீங்க பேசுரதுல கொஞ்சமாவது நியாயம் இருக்கா”

என்று சற்று அமைதி காத்து விட்டு

“சரி அப்படி எந்த மாதிரி வாழ்க்க துணையை தேடுறீங்க

உங்களுக்கு மனைவி எப்படி இருக்கணும் என்று கேட்டாள்”

“எனக்கு மனைவி எப்படி வேணும்னு சொல்ல தெரியாது ஆனா கணவன் மனைவி எப்படி இருக்கணும்னு ஒரு கருத்து இருக்கு”

“எப்படி இருக்கனும்”

“...

ஒடம்பு பசிய தீக்ரதுக்கு ஆம்பளைக்கு ஆயிரம் வேசிங்க கெடைப்பாங்க, அதே மாதிரி தான் பேேம்பளைங்களுக்கும் ஆயிரம் ஆம்பளைங்க கெடைப்பாங்க, ஆனா எல்லா மனுஷனுக்கும் அந்தரங்க மன பசின்னு ஒன்னு இருக்கு, அந்த மனப் பசியை தீக்குரதுக்கு ஒரு தொன வேணும்.

அது பெரும்பாலும் நண்பர்களாகத் தான் இருப்பாங்க, ஆனா என்ன பொறுத்தவரையில அது அப்படி இருக்கக் கூடாது.

இங்கு பெரும்பாலான குடும்பங்களில்...

கணவனின் மன பசி தீரும் பொழுது, மனைவிக்கு கணவன் பற்றிய பல கேள்விகள் மன பசியாய் உருவெடுக்கிறது.

அதே போல் மனைவியின் மன பசி தீரும் பொழுது கணவனுக்கு மன பசி உண்டாகிறது.

ஏனெனில் அது கணவனைப் பற்றியோ அல்லது மனைவியைப் பற்றியோ யாரோ ஒருவரால் தனித்தனியாக அவரவர் காதுகளில் புடம் வைத்த வார்த்தைகளால் பசியாற்றப்படுகிறது.

கணவனும் மனைவியும் தங்களின் மன பசிக்கான உணவை தாங்களே பரிமாறிக் கொள்ள வேண்டும்,
ஒருவரின் மன பசிக்கு ஏதுவாக கட்டிலிலோ,
காதலிலோ, பார்வையிலோ, கண்ணீரிலோ, சிரிப்பிலோ,
முத்தத்திலோ, கோபத்திலோ, சிணுங்கலிலோ
விருந்தாக பரிமாறப்பட வேண்டும்.
ஆனால் ஒருபோதும் வெறுப்பில் பரிமாறப்பட கூடாது.

ஒருவரை ஒருவர் அறிந்து கொள்ளாமல் உணர்ந்து கொள்ளாமல் திருமணம் செய்துகொண்டு, ஒருவரை ஒருவர் புரிந்துகொண்டு தான் நடக்கிறோம் என்று தங்களைத் தாங்களே ஏமாற்றிக் கொள்கிறோம்.

நமது கலாச்சாரத்தின் படி, கணவனை மனைவியோ அல்லது மனைவியை கணவனோ ஏதோ ஒரு புள்ளியில் சகித்துக்கொண்டு பிடித்தும் பிடிக்காமல் வாழ்ந்தே ஆக வேண்டும் என்ற கட்டாயம் உருவாகிறது இல்லை சொந்த பந்தங்களாலும் சமுதாயத்தாலும் அந்த கட்டாயம் உருவாக்கப்படுகிறது.

இத்தகைய கட்டுமானத்தில் ஒருபோதும் நான் என் இல்லற வாழ்க்கையை தொடங்க மாட்டேன்.

" உங்க மனைவி எப்படி இருக்கும் " என்ற உன் கேள்விக்கு நான் சொல்லப்போவதுதான் பதிலா என்று எனக்கு தெரியாது,
ஆனால் இதுதான்
என்னுடைய பதில் என்று எனக்கு தெரியும்,

புரிந்து கொள்ள முயற்சி செய்.

என் மனைவிக்காக,
என்னுடைய சரிபாதிக்காக
நான் சேகரித்து வைத்த அன்பை
வெறும் வார்த்தைகளால் மட்டும் வரிசைப்படுத்தி
வைத்துவிட முடியாது.

இலக்கிய காலங்களில் செய்து வைத்த இலக்கணம்
போல என் அன்பிற்கு இலக்கணம் செய்து
வைத்திருக்கிறேன்.

என் அன்பின் இலக்கணத்தை காற்று படாமல்
காப்பாற்றி சிறிதும் கசிந்து விடாமல் என் மனைவிக்கு
பரிசளிக்க காத்துக்கொண்டிருக்கிறேன்.

என்னுடைய அன்பின் இலக்கணத்தை அவள் பரிசாக
பெறும் பொழுது
மூச்சுக் காற்றை மாற்றி பிடித்தால் கூட,
என் அன்பின் இலக்கணம் சீர்கெட்டுவிடும்.

எனது முழு அன்பையும், என் இலக்கண வழியிலேயே
வளைந்து நின்று, தன்னுள் வசப்படுத்திக் கொள்ளும்
பெண்ணைத்தான் நான் தேடிக்கொண்டிருக்கிறேன்.

என் காதலை தன்னுள் அடைகாத்துக்கொள்ள எவள்
ஒருத்தி தனது மூச்சுக் காற்றையே மாற்றி பிடிக்கவும்
முன் வருகிறாளோ
அவளே எனக்கு காதலி
அவளே எனக்கு மனைவி.

....''

என்று சுப்புரமணி பொறுமையாக உருகிய குரலில் மூச்சு விடாமல் பேசி முடித்தான்.

சற்று நேரம் சீத்தா சுப்புரமணியையே பார்த்துக் கொண்டிருந்தாள், அவள் மனதில் எழுந்த வார்த்தைகளை, பாவம் அவளுடைய கண் பார்வையால் சுப்புரமணியன் மனதில் கொண்டுபோய் சேர்க்க முடியவில்லை, சற்று நேர அமைதிக்குப் பிறகு

"மூச்சு காத்த மாத்தி புடிக்காத அளவுக்கு இலக்கணம்
செஞ்சுட்டு
இலக்கணமே இல்லாம வாழுர
என்ன ஏன் தேர்ந்தெடுத்தீங்க"

உங்க இலக்கணம்,
இலக்கணப் பிழையா மாற
நான் விரும்பல,
சோ நீங்க கௌம்புங்க..

நாவொரு பிழை"

என்றாள்.

"இதோ அதோன்னு தேடித்தேடி
நான் செஞ்சு வச்ச இலக்கணம்
இல்லாமலே போறதுக்கு
இலக்கணப் பிழையா இருந்துட்டே போலான்னு
தோணுது

பிழை இல்லாம புது இலக்கணம்
எப்படி செய்ய முடியும்,
நீங்க பிழையாகவே இருங்க,
நான் இலக்கணம் செய்றேன்,
எழுத்துப் பிழை இல்லாம ஒரு இலக்கணப்பிழை
செய்வோம்"

இரண்டாவது அறை

ஆரவாரம் இல்லாமல் அலப்பறை இல்லாமல் ஐம்பது போலீஸ் அதிகாரிகள் பிறைமார்பன் வசிக்கும் ஊரை சுற்றி வளைத்தார்கள்.

காளிமுத்துவின் கட்டுப்பாட்டில் சுமார் அருபது போலீஸ் அதிகாரிகள், அந்த ஊரில் ஊசி நுழையாத வண்ணம் ஒட்டுமொத்தமாக சுற்றிவளைத்து கைப்பற்றினார்கள்,

காளிமுத்து கட்டம் கட்டி ஆட்டத்தை ஆரம்பித்தார்.

வில்லில் புறப்பட்ட அம்பாய் சீறிக்கொண்டு ஒரு வீடு விடாமல் ஆராயத் தொடங்கினார்கள்.

சுமார் இருபத்தி எட்டிலிருந்து முப்பது தென்னை மரத்திற்கு நடுவில் இரண்டு அறைகளையும், ஒரு மண்டபத்தையும், மேஜை விளக்கையும், உருகிய மெழுகையும், சீத்தாவையும், பிறைமார்பனையும் தனது ஓட்டு கூறையினால் மறைத்துக் கொண்டு தன்னந்தனியாக பிறைமார்பனின் வீடு நின்று கொண்டிருந்தது.

பற்றிஎரியும் சம்பவம் செய்துவிட்டு ஒன்றும் தெரியாதவளாய் சிவ கிருஷ்ணா உணவகத்தை விட்டு ஓட்டமும் நடையுமாய் சீத்தா ஓடி வந்து இந்த தென்னந்தோப்பில் தான் தஞ்சம் புகுந்தாள்.

காற்றும் கருமேகமும் காதலித்ததால் அங்கேயே வெகு நேரம் அவர்களின் காம நீரில் நனைய முடியாமல் தோப்பின் நடுவில் தனிமையில் நின்று கொண்டிருந்த ஓட்டு வீட்டின் கதவைத் தட்டி தஞ்சம் புகுந்தாள் சீத்தா.

அவள் தஞ்சம் புகுந்த நேரமோ என்னவோ தெரியவில்லை பூட்ஸ் கால்களுடன் சில காவல்துறை அதிகாரிகளும் அந்த தோப்பை சுற்றி தற்போது தஞ்சம் புகுந்தார்கள்.

காளிமுத்துவின் தலைமையில் சுமார் 10 பூட்ஸ் கால்கள் அந்த தனிமையில் நின்று கொண்டிருந்த ஓட்டு வீட்டின் வாசலில் தாளம் போட்டுக் கொண்டிருந்தது.

பூட்ஸ் கால்களின் சப்தம், நமக்கு கேட்கும் அளவிற்கு கூட பிறைமார்பனுக்கும் சீத்தாவிற்கும் கேட்டது போல் தோன்றவில்லை

அவர்கள் இருவரும் அந்த அதிகாலையில் ஆழ்ந்த உறக்கத்தில் இருந்தார்கள்.

"தடா... தடா.." வென கதவுகள் தட்டப்பட்டது.

சார் சார் என்ற குரலும் ஓயவில்லை பிறைமார்பன் வீட்டு வாசல் பூட்ஸ் தாளத்தோடும், தடா தடா சப்தத்தோடும் ஒரே அல்லோல கல்லோலமாக இருந்தது.

"கெட்டி மேளம் கெட்டி மேளம்"

என்று ஐயர் சொல்ல மங்கல வாத்தியங்கள் முழங்க பிறைமார்பன் சீத்தாவின் கழுத்தில் தாலி கட்டினான்

தாலி கட்டி முடித்தவுடன் மணமகனும் மணமகளும் அக்கினி குண்டத்தை சுற்றி வந்தார்கள்,

சுற்றிவரும் பொழுது

"வெளிய வாங்க சார்...
வெளிய வாங்க சார்..."

என்று மண்டபத்தில் கூடியிருந்த ஒட்டுமொத்த மக்களும் பிறைமார்பனை அழைத்தார்கள்.

அவர்களை கவனித்தபடி அக்கினி குண்டத்தை சுற்றியதாலோ என்னவோ பிறைமார்பன் வேட்டியில் தீப்பிடித்தது.

துடிக்க படிக்க தீயை அணைக்க முறப்படும் பொழுது மீண்டும்

"தடா... தடா..."

"வெளிய வாங்க சார்"

என்ற மங்கல வாத்தியம் கேட்டது

அரை தூக்கத்திலிருந்த பிறைமார்பனுக்கு அப்போதுதான் சற்று சுய நினைவு திரும்பியது,

ஏராளமான காவல்துறையினர் வாசலில் நிற்கிறார்கள் என்று பிறைமார்பனின் சிந்தனை அவனுக்கு செய்தி அனுப்பியது,

கண்ணை துடைத்துக்கொண்டு தூக்கத்தைக் கலைத்துக் கொண்டு

"சீத்தா
சீத்தா
சீத்தா"

என்று பரபரப்பாக அவளை எழுப்பினான் பிறைமார்பன்

"சீத்தா

போலீஸ்னு நினைக்கிறேன் சீத்தா

சீத்தா சீத்தா..''

பெரும் அசதியில் ஆழ்ந்த நித்திரையில் இருந்த சீத்தா சற்றும் அசரவில்லை

சீத்தா என்று அவளுடைய தோல்பட்டையை பிடித்து உலுக்கினான், சற்று கவனம் வந்தவளாய் அசைந்து படுத்தாள்.

''போலீஸ் சீத்தா''

என்று ஒரு உலுக்கு உலுக்கினான்.

சட்டென்று அதிர்ந்து பட்டென்று எழுந்து உட்கார்ந்தாள் சீத்தா.

''சீத்தா போலீஸ் ...
நீ போய் அந்த ரூம்ல ஒரு பரண இருக்கு அலமாரி மேல
கால் வச்சு ஏரி
அந்த பரணமேல ஒளிஞ்சுகோ
போலீச நான் சமாளிச்சுக்கறேன்''

என்று அவளை மீண்டும் உலுக்கி விட்டு மேஜை விளக்கை ஒளி வீசச் செய்தான்.

போர்வைக்குள் ஒளிந்து கொண்டிருந்த அவளின் முழு உடல் தற்போது அங்கம் அங்கமாக விளக்கின் ஒளியில் தங்கமாக மின்னியது.

என்ன செய்வது அணுஅணுவாக அவளின் தங்க அங்கங்களை வர்ணிக்க நேரமில்லை.

அவசர அவசரமாக ஒன்றும் பாதியுமாக பிறைமார்பனின் பனியன், வேட்டி, சட்டையை அணிந்து கொண்டு

இரண்டாவது அறைக்குள் ஓடி ஒளிந்து கொண்டாள் சீத்தா

ஒளிவீசும் விளக்கை சற்று உயரத்தில் வைத்துவிட்டு, தூக்கக் கலக்கத்தோடு இருப்பது போல முகத்தை பாவித்துக் கொண்டு, நடுங்கிய மனதுடனும் கைகளுடனும் கதவின் தாழ்களை திறந்தான் பிறைமார்பன்.

நதிகரையன்

“நீங்க ஒரு கவிஞனா பிறக்க வேண்டியவர்னு நினைக்கிறேன்”

“ஏன் அப்படி சொல்ற”

“நாங்க காசுக்கு படுக்கிறவங்க...
எங்களுக்கு எந்த கட்டுப்பாடும் கெடையாது,
எங்களுக்கு அழகு முக்கியம் இல்ல,
வயசு முக்கியம் இல்ல,
அவ்வளவு ஏன் வரவன் ஆம்பளையானு கூட முக்கியம் இல்ல,
இதான் எங்க தொழிலோட விதிமுறைகள், ஆனா நான் அப்படி கெடையாது,
எங்கிட்ட வரணும்னா
சில ரூல்ஸ் இருக்கு,
இப்படி ரூல்ஸ் வச்சிருக்கதாலதான்
எனக்கு டிமாண்ட்,
யார போலவும் இல்லாம,
யாரையும் பாதிக்காம
எனக்கு புடிச்ச மாதிரி தான் வாழ்வேன்னு,
முடிவெடுக்கவே இந்த சொசைட்டியில
ஒரு பெரிய தைரியம் வேணும்
அந்த வகையில எனக்கு உங்கள புடிச்சிருக்கு... வாங்க சார் நாம நடந்து கிட்டே பேசுவோம்”

என்று சீத்தாவும் சுப்புரமணியும் பேசிக்கொண்டே அமராவதியின் கரைகளை அளந்தார்கள்.

மெல்ல மெல்ல விண்மீன்கள் வெளிப்பட்டு வெளிப்பட்டு இருள் என்பதற்கு கருப்பு என்று பொருள் கூற முடியாத வண்ணம் வெண்மை பூசி கொண்டிருந்தது.

கற்பனை வாதிகளுக்கே பொறாமை தோன்றும் ஏனெனில் காதலர்களுக்கு கூட இத்தனை இரம்யமான சூழல் அமையாது, இவர்கள் இருவரும் கொடுத்து வைத்தவர்கள், ஐயோ நாம் பேசிக்கொண்டே அவர்களை மறந்து விட்டோம், அதற்குள்ளாக பேச்சு சப்தம் நம் காதுகளில் விழாத தூரம் சீத்தாவும் பிறைமார்பனும் நடந்து விட்டார்கள் சற்று கவனமாக காது கொடுப்போம்.

"அதுவா நான் டவுனுக்கு வந்தா
என்ன சில பேரு மெரட்டி,
சில பேர் கூட இருக்க சொல்றாங்க,
அது எனக்கு சுத்தமா புடிக்கல,
அதான் எங்கேயும் போறதில்ல"

என்றாள் சீத்தா.

"நீங்க வாங்க நான் உங்கள பாத்துக்குறேன்"

என்று சுப்புரமணி சொல்வதைக் கேட்டு கலகலவென வாய் விட்டு சிரித்தாள் சீத்தா.

"ஏன் சிரிக்கிற"

"இல்ல என்ன கூட வச்சிருந்தா...
உன்ன பாத்துக்கவே பத்து பேர் வேணும்..
நீ என்ன பாத்துப்பியா?"

என்று சொல்லிவிட்டு மீண்டும் சிரித்தாள் சீத்தா. அவள் சிரிப்பதை ரசித்தபடி எதுவும் பேசாமல் சற்று நேரம் அமைதிகாத்து விட்டு

"ரொம்ப அழகா இருக்க சீத்தா"

என்றான் சுப்பு.

"ஒரு வழியா பார்முக்கு வந்துட்டீங்க போல
சரி வாங்க வீட்டுக்கு போலாம்"

"எதுக்கு...?"

"எதுக்கா...? இவ்ளோ நேரம் எதுக்காக என்கிட்ட பேசி
என்ன கன்வின்ஸ் பண்ணிங்கலோ
அதுக்கு தான்,
ஒரு நைட் போதுமா
இல்ல ஒரு ரெண்டு மூணு நாள் தேவைப்படுமா...?"

"இல்ல ஒரு நைட் போதும்"

"ஓ அவ்ளோ பெரிய ஆளா நீங்க"

"ச்ச ச்ச அப்படி எல்லாம் இல்ல
நான் இதுக்காக தான்
இத்தனை வருஷம் வெயிட் பண்ண
எனக்கு இத எப்படி பண்ணனும்னு தெரியும் நிறைய
சித்தர்கள் புக் எல்லாம் படிச்சு
நிறைய பயிற்சி எல்லாம் எடுத்து இருக்கேன்"

என்று சுப்பு சொன்னவுடன் சீத்தா பீரிக்கொண்டு சிரித்தபடி

"பயிற்சி எடுத்தீங்கலா... யார் கூட?"

என்று மேலும் மேலும் சிரித்தாள்.

"ஏன் சிரிக்கிறீங்க
இது சிரிக்கிற விஷயமே இல்ல,
இது எவ்வளவு பெரிய விஷயம் தெரியுமா...?
இந்த உலகத்துல இருக்குற ஒவ்வொரு உயிரும் அந்த
பரம்பொருள் தான்,
இங்க இருக்க எல்லா உயிருமே கடவுளின் துகள தான்
உயிரா வச்சிருக்கு,

இறைவன் ஒருவனே
நாமதான் சிவன், ஜீசஸ், அல்லான்னு
வேற வேற பேர்ல வேற வேற முறைல
வழிபாட்றோம்...
இப்ப நாம ரெண்டு பேரும் சேந்து
ஒரு கடவுளின் துகள உருவாக்க போறோம்
இதுல விளையாட்டா இருக்க கூடாது"

என்று சித்த நிலை வந்த பித்தனாக பேசினான், சற்று நேரம் அமைதியாக பார்த்துவிட்டு

"உங்களுக்கு வேதங்கள் எல்லாம் தெரியுமா...?"

என்று குரலில் சற்று மரியாதை கலந்தபடி கேட்டாள் சீத்தா.

"வேதங்கள் லாம் தெரியாது
சில உண்மைகள் தெரியும்"

"என்ன உண்மை...?"

"இந்த உலகத்துல
எதுவுமே நிரந்தரம் கெடையாது,
அதனால இருக்க வரைக்கும் முடிஞ்ச வர இந்த உலக
உயிர்கள் மீது எதிர்பார்ப்பில்லாத அன்போட
இருக்கணும்னு தெரியும்"

"உண்மைதான்
எதிர்பார்ப்பு தான ஏமாற்றங்கள தருது எதிர்பார்ப்பு நம்ம
தப்புதான்"

என்று சிந்தித்தவளாய் சீத்தா கூறினாள்.

சற்று தூரம் அமைதியாகவே இருவரும் நடந்தார்கள்.

"பேசிகிட்டே ரொம்ப தூரம் வந்துட்டோம் வாங்க
வீட்டுக்கு போலாம்"

என்றாள் சீத்தா.

சீதாவின் நடையிலும், கடைக் கண் பார்வையிளும் சற்று மாற்றம் தென்பட்டது.

அவளின் இதயத்தில் கடைசி கனுவில் ஏதோ ஒரு ஓரத்தில் காதலும் சுரக்கத் தொடங்கி விட்டது என்று என்னால் உணர முடிந்தது.

காலம் காலமாய் வெறுத்து ஒதுக்கியவரை கூட கண்ணிமைக்கும் நேரத்தில் கட்டி அணைக்க செய்துவிடும் கருவி - காதல்

மனிதன் தான் இயற்கையை காப்பாற்றி வருவதாகவே பல பொய் பிம்பங்கள் தோன்றுகிறது, உலக நடைமுறையில் உண்மையிலேயே பூமியின் மீது இயற்கை காட்டும் கருணை தான் உயிர்களை இன்றளவும் காப்பாற்றி வருகிறது.

காதல் என்பது கருணையின் மற்றொரு பெயர்

காலம் காலமாக காதலுக்கு ஆயிரம் ஆயிரம் கருவறைகள் கவிதைகளால் கட்டப்பட்டும் கூட, ஏனோ இன்றளவும் பல தளிர்கள் கருவுற்றுக் கொண்டே தான் இருக்கிறது.

வெண்மையை இருளின் மீது பூசி கொண்டிருக்கும் பிரபஞ்ச காவலாளிகள் விண்ணில் வரிசை கட்டி நிற்க, அமராவதியின் மடியிலே மடல் தீட்ட முடிவு செய்தான் சுப்புரமணி.

சுப்புரமணியின் மீது சற்று முன்பே ஏற்பட்ட மரியாதையின் காரணமாக சித்தாவும் சீர்திருத்தம் செய்ய தலையசைத்தாள்.

இருவரின் உடலும் நதிக்கரையின் விளிம்பில், அமராவதியின் மடியில், பிரபஞ்ச காவலர்கள் வெட்கப்படும்படி ஆழமான அரங்கேற்றத்தை தொடங்கியது.

மௌனத்தின் மென்மையான மெல்லிய சப்தம் அமராவதியில் கரைபுரண்டோட, இருவரின் உடல் உரசலும் இலக்கணம் செய்து கொண்டிருந்தது.

வெட்கத்தின் விளிம்பில் தலை குனிந்த என் செவிகளில் பல நேரம் கழித்து "சீத்தா" என்ற கவிதை கேட்டது.

"சொல்லுங்க"

"சீத்தா...
நான் உன்ன சீத்தான்னு நெனச்சு...
இதெல்லாம் பண்ணல
நம்ம குழந்தைக்கு உன்ன...
அம்மாவா
நினைச்சு தான்..."

என்று தயக்கத்தோடு வார்த்தைகளை முடிப்பதற்கு முன்பே சுப்புரமணியன் நெற்றியில் காதலின் ஈரம் தசைக்குள் இறங்கும்படி முத்தமிட்டாள் சீத்தா .

பிரபஞ்ச காவலர்கள் கண்முன்னே காலங்கள் கடந்தது. சுப்புரமணியின் பிள்ளை சீதாவின் கருவறைக்குள் வேர் விட்டு தழைக்கத் தொடங்கியது.

தேவாரமும், திருவாசகமும் திருவருட்பாவும் தினம்தோறும் ஒளித்த வண்ணம் சீத்தாவும் சுப்புரமணியும் மௌனத்தில் மட்டும் பேசிக்கொண்டு காலத்தை கடத்திக் கொண்டிருந்தார்கள்.

இந்த பத்து மாதத்தில் விரல் விட்டு என்னும் அளவிலான வார்த்தைகளே இருவருக்கும் இடையில் நடைபோட்டிருக்கும்.

சுட்டிக்காட்ட வேண்டியதை மட்டும் பதிவிடுகிறேன்.

சீத்தா தன் மனதை உருத்திக் கொண்டிருந்த கேள்வி ஒன்றை முன் வைத்தாள்.

"சுப்புரமணி"

"சொல்லு சீத்தா"

"நான் ஒன்னு கேப்பன்...
நீங்க உண்மைய சொல்லணும்"

"கேளு..."

"நீங்க என்ன வேலை செய்றீங்க...?
எப்படி சம்பாதிக்கிறீங்க...?"

என்று சீத்தா கேட்டவுடன் வாய் விட்டு சிரித்து விட்டு சற்று நேரம் கழித்து,

"என் பேர்ல சிறை புடிச்சு வச்சிருந்த நிலங்களுக்கு விடுதல கொடுத்துட்டேன் அதுல வந்த காசு தான் எல்லாமே"

"நெலத்துக்கு விடுதல கொடுத்துட்டீங்களா...
புரியல...?"

"ஆமா என் பேருல இருந்த லேண்ட வித்துட்டேன்"

"உங்க அப்பா அம்மா எதுவும் சொல்லலையா...?
உங்களுக்கு அண்ணன் தம்பி யாரும் இல்லையா...?"

"இல்ல நான் குற்ற உணர்ச்சி இல்லாம வாழ ஆசைப்பட்டேன்னு சொல்லிட்டு...
நான் ஒதுங்கிட்டேன்"

"அப்போ உங்க கிட்ட இருந்து விடுதலையாகி வேற
ஒருத்தவங்க கிட்ட சிறை பட்டுடுச்சு அப்படித்தான...?"

"இல்ல அப்படி இல்ல...
நான் வித்தது ஒரு இயற்கை ஆர்வலருக்கு
காடு உருவாக்க போறேன்னு சொன்னாரு மாசா மாசம்
என் தேவைக்கு மட்டும்
காசு கொடுங்கன்னு சொல்லி
நிலத்த கொடுத்துட்டேன்"

"அவர் ஒரு வேல
உங்கள ஏமாத்திட்டார்னா...?"

"எந்த நம்பிக்கையில நீ எனக்கு
கொழந்த பெத்து குடுக்க ஒத்துக்கிட்ட...?"

என்று சுப்புரமணி கேட்டதும் சீத்தா அமைதியானாள்.

மேலும் சுப்பு,

"சொல்லு சீத்தா ஏன் ஒத்துக்கிட்ட...?
ஒரு வேல உன் ஒடம்புக்கு மட்டும் ஆசைப்பட்டு பொய்
சொல்லிட்டு நான் போயிருந்தா...?"

"இந்த கொழந்தைய நானே வளத்திருப்பேன்"

"கரெக்ட்...
ஆனா என்ன தினமும் திட்டி
சாபம் கொடுத்துகிட்டே...!
சில பேர நம்பனும்னு தோணும் சீத்தா... அவங்க
கெட்டவங்களாவே இருந்தாலும் நம்ம நம்புனா...
அவங்களும் நம்புவாங்க...
அதான் இயற்கை,
பாவம்னு தெரிஞ்சே சாபத்தை முதுகுல
சுமக்க முடியாத சீத்தா"

என்று சுப்பிரமணி கூறியதும், அன்று முதன் முதலில் அமராவதி நதிக்கரையில் சுப்புவின் மீது ஏற்பட்ட காதல் சற்றும் குறையவில்லை என்பதற்கு சாட்சியாகும் படி சீதாவின் பார்வை இருந்தது.

சீதாவின் கருவறையிலிருந்து புதையல் வெளிப்படும் காலம் நெருங்கியது.

நிறை மாதத்தில் சீத்தா குழந்தையை பெற்றெடுக்க தயாராகிக் கொண்டிருந்தாள்.

கடந்த பத்து மாத காலத்தில் குறிப்பிட்ட சில பெண்கள் மட்டும் சீத்தாவை இரகசியமாக சந்தித்து விட்டு செல்வதை பற்றி கேட்டு தெரிந்து கொள்ள பலமுறை சுப்புரமணி முயற்சி செய்ததுண்டு.

சீத்தாவின் அருகில் சென்றவுடன் தான் அவன் சிந்தைக்கு அவள் வேசி என்று எட்டும்.

என்னதான் தெளிவான அறிவோடு சீத்தாவிடம் ஒப்பந்தம் செய்திருந்தாலும் அவனை மறந்து, அவன் மனம் அவள் மீது காதல் கொள்கிறது என்பதை பலமுறை சுப்புரமணி உணர்ந்திருக்கிறான்.

"கொட்டும் அருவிகளை காட்டிலும் அதீத சலசலப்புடையது மனிதனின் மனம் என்பதை அறிவானவர்கள் அவ்வப்போது புரிந்து கொள்கிறார்கள்"

சீத்தாவின் கருவறை வாசல் திறக்கப்பட்டு சுப்பிரமணியின் சுடர் ஒளி வெளியில் வந்தது.

சீத்தாவின் கண்கள் திறந்ததும், சுப்பிரமணி குழந்தையை கையில் ஏந்தி கொண்டு, சீத்தாவை கை தாங்கலாக தாங்கிக் கொண்டு, அலைகடலென பாயும் அமராவதியின் கரைக்கு வந்தான்.

சுமார் ஒரு வருட காலம் சீத்தாவுடன் திருமுக்கூடலூரில் கழித்ததையும், கடந்த காலத்தில் சீத்தாவை தேடி வந்த ஆண்களையும், புரோக்கர்களையும், பல பண மூட்டைகளையும் நினைத்துக் கொண்டடு, அதற்கு அவள் கொடுத்த பதில்களை நினைத்துக் கொண்டு, அவன் கையில் ஏந்தி வந்த புதையலை சீத்தாவின் கையில் கொடுத்துவிட்டு, கரை புரண்டோடும் புனலின் சாட்சியாக சீத்தாவின் கால் கட்டைவிரல்கள் நெற்றி பொட்டில் படும்படி கலங்கிய கண்களுடன் விழுந்து வணங்கியதோடு மட்டுமல்லாமல் அவள் கால் விரல்களுக்கு முத்தங்களும் கொடுத்துவிட்டு மேல் எழும்பி

"சீத்தா...
இன்னைலருந்து என் பேரு பிறைமார்பன், என் புள்ள பேரு"

என்று சொல்லியபடி குழந்தையின் காதிற்கு அருகில் சென்று

"நதிக்கரையன்
நதிக்கரையன்
நதிக்கரையன்"

என்றான்.

புதையலை பெற்றெடுத்த, தாய்மை உணர்வும் சுப்பிரமணியன் செயலும் இல்லை இல்லை பிறைமார்பனின் செயலும் சீத்தாவை புலங்காகிதம் அடையச் செய்தது என்று என்னால் உறுதியாக எழுத முடிந்தது.

சிரிப்பும் கண்ணீரும் சீறிக்கொண்டு அவளின் முகத்தில் நடனமாடியது, சொல்லப்போனால் அவளுக்கு ஆத்ம தரிசனம் கிடைத்ததாகவே அவள் மனம் பூரித்தது.

சீத்தாவும் பிறைமார்பனும் செய்த இலக்கணத்தில் பிழை இருப்பதாக தோன்றவில்லை, நேர்த்தியாக நிறைவேற்றிய ஆண்மகன் நதிக்கரையன் அவதரித்திருந்தான்.

இறுதியாக சீத்தாவிடம்

"சீதா அவன்கிட்ட உன் அப்பா பேரு பிறைமார்புன்னு
சொல்லிக் குடு இன்னிலிருந்து புதுப்பிறவி எடுத்து
இருக்கேன்
அதனால எனக்கு சில கடமைகள் இருக்கு முடிச்சிட்டு
வந்து
கொழந்தைய வாங்கிட்டு போறேன்"

என்று சொல்லிவிட்டு சீத்தாவின் நெற்றி பொட்டில் அவன் உதடுகளை பதித்து விட்டு மீண்டும் பித்து பிடித்தவனாய் தமிழில் புலம்ப தொடங்கினான்.

"அணுவாகி காற்றாகி கருவாகி உருவாகியே
உடலாகிறது...
சற்று காலம் கழித்து
வயதாகி உடல் வாடி வனம் தேடி மண்ணாகியே
உரமாகிறது...
-அடடா உடல்கள்"

என்று அந்த இளம் வெயிலை இரசித்தபடியே சிறகு முளைத்த சிட்டுக்குருவியாய் பிறைமார்பன் பறந்து போனதை தன்னை மறந்து இரசித்தபடி சீத்தா நின்று கொண்டிருந்தாள்.

அவள் மட்டுமா அங்கிருந்த செடி கொடிகள், புனல் அலைகள், மணல் படைகள் கூட அந்த காட்சியை இரசித்தபடி நின்றதாக தான் தோன்றியது.

பிறைமார்பனின் இரத்தம்

கதவு திறந்த வேகத்திலேயே பூட்ஸ் கால்கள் அனைத்தும் பிறைமார்பன் வீட்டு மூலை முடுக்கெல்லாம் சீறியது. பூட்ஸ் கால்களும் காக்கி உடைகளும் ஏற்படுத்திய சூறாவளியில் மேஜை விளக்கு நிலை தடுமாறி உயிருக்கு போராடிக் கொண்டிருந்தது.

நடுங்கிய கைகளுடனும் கால்களுடனும் பிறைமார்பன் இரண்டாவது அறையின் கதவிற்கு அருகிலேயே சீத்தாவின் காவலனாக நின்று கொண்டிருந்தான்.

"யோவ் நல்லா லைட் அடிச்சு பாருய்யா இவன்
பயப்படறத பாத்தாலே...
டவுட்டா இருக்கு"

என்று பிறைமார்பனை பார்த்தபடியே உறக்கக் கூறினான் காளிமுத்து.

காளிமுத்துவின் கண்கள் பிறைமார்பனையே குறிவைத்து குறுக்கு விசாரணை செய்து கொண்டிருந்தது.

"ஐயா இங்கே யாரும் இல்ல ஐயா"

என்றான் ஒரு கான்ஸ்டபிள்.

"ஆமாய்யா இங்கேயும் யாரும் இல்ல"

என்றான் மற்றொரு கான்ஸ்டபிள்.

சூறாவளியாக சென்ற அனைத்து பூட்ஸ் கால்களும் நடுவீட்டில் மையம் கொண்டு காளிமுத்துவின் உத்தரவுக்காக காத்திருந்தது.

காளிமுத்து, பிறைமார்பனை பார்த்தபடியே ஒரு கான்ஸ்டபிள் கையில் இருந்த கை விளக்கை பிடுங்கி பிறை மார்பனின் முகத்தில் அடித்தார்.

சுமார் முப்பதிலிருந்து நாற்பது வினாடிகள் அவன் முகத்தில் டார்ச்சை அடித்து பார்த்துக் கொண்டே இருந்தார் காளிமுத்து.

பிறைமார்பனும் கண்களை அசைக்காமல் நேராக விளக்கையே பார்த்துக் கொண்டிருந்தான்.

சில நொடிகள் எதையோ சிந்தித்து விட்டு வெளியில் செல்ல கால்களை நகர்த்தினார் இன்ஸ்பெக்டர் காளிமுத்து.

கை விளக்கின் கதிர்வீச்சுகள் எதார்த்தமாக தரையில் விழுந்து விட்டது, விழுந்ததோடு மட்டுமல்லாமல் தரையில் தேங்கிய தண்ணீரோடு கலந்து மின்னி விட்டது.

"யோவ் கௌம்புங்கயா சீக்கிரம் வெடியறதுக்குள்ள அவள புடிக்கணும்"

என்று சொல்லிவிட்டு எல்லோரும் சென்ற பிறகு பொறுமையாக பிறைமார்பனை பார்த்தபடியே அடி மீது அடி வைத்தார் காளிமுத்து.

அவர்கள் செல்ல செல்ல அவர்கள் பின்னே பிறைமார்பனும் பொறுமையாக வாசல் கதவை நோக்கி நடந்தான்.

எல்லா கான்ஸ்டேபிள்களும் வேக வேகமாக பிறைமார்பனின் தோப்பை விட்டு வெளியேறி அடுத்த வீட்டை நோக்கி படையெடுத்தார்கள்.

காளிமுத்து மட்டும் மிகவும் தாமதமாக எதையோ யோசித்த வண்ணம் அடி மீது அடிவைத்து வாசற்கதவிற்கு அருகில் வந்தார். பிறைமார்பனும் அவரை ஒட்டியே வந்தான்

மெது மெதுவாக காளிமுத்து வாசற்கதவை தாண்டி அடியெடுத்து வைத்தார்.

சற்றும் தாமதிக்காமல் பிறைமார்பன் கதவை டனார் என்று மூடினான்.

இத்தனை அல்லோல கல்லோலத்திற்கு அசையாத குழந்தை நதிக்கரையன் திக் என்று எழுந்து "அப்பா" என்றதும் உள்ளே இரண்டாவது அறையில் சீத்தாவின் தசைகள் சிலிர்த்து பரண் மீதிருந்த சில பொருட்களை கீழே தள்ளி சப்தத்தை எழுப்பியது.

சட்டென்று சந்தேகப்பட்ட காளிமுத்து வாசற் கதவை ஒரே முட்டில் திறந்தார்.

அரண்டு நின்ற பிறைமார்பனும், அப்பா என்ற நதிக்கரையனும், பரனில் இருந்து விழுந்த பொருட்கள் எழுப்பிய சப்தமும், காளிமுத்துவின் கோபத்தை கிளறியது, பிறைமார்பனை ஓங்கி அறையச் செய்தது, பிறைமார்பனின் அறை சப்தம் நதிக்கரையனை அலறச்செய்தது,

"அப்பா" என்ற அழுகுரலில் அலறிக்கொண்டு இருளில் திகைக்கும் நதிக்கரையனின் நிலையை புரிந்து, தடதடவென சீத்தா பரனிலிருந்து கீழ் இறங்கி ஒழுங்கற்ற வேட்டி சட்டையோடு ஓடி வந்தாள்.

இதெல்லாம் நடந்து முடிவதற்குள் பிறைமார்பகனுக்கு மேலும் சில அடிகளை காளிமுத்துவின் பூட்ஸ் பரிசளித்தது.

வெளியில் வந்த சீத்தா நதிக்கரையனை அணைத்துக் கொண்டு உரத்த குரலில்

“சார்”

என்று ஒரே மூச்சில் கத்தினாள்.

“வாமா சீத்தா...
வந்துட்டியா...
பாவம் உனக்காக ஒருத்தன் வாயில ரத்தம் வர அளவுக்கு அடி வாங்கிட்டானேமா முன்னாடியே வரக்கூடாதா...?
என்று நக்கலாக சிரித்தார் காளிமுத்து.

கோபத்தின் உச்சியில் சீத்தா

“இதுக்கு அப்புறம் அவர் மேல ஒரு அடி பட்டுச்சு
அவ்வளவுதான்
உங்களுக்கு நான் தானே வேணும் அரெஸ்ட்
பண்ணிக்கோங்க”

என்று சொல்லிவிட்டு குழந்தையை கையில் தூக்கி கொண்டே பிறைமார்பினை நோக்கி ஓடிவந்து அவனை தோளில் சாய்த்துக் கொண்டு

“சாரிங்க என்னால தானே உங்களுக்கு இதெல்லாம்...
என்ன மன்னிச்சிடுங்க...
கொழந்தைய பத்திரமா பாத்துக்கோங்க
நான் போறேன்...”

என்று கண் கலங்கினாள்.

நடப்பதை கவனித்துக் கொண்டே காளிமுத்து வீட்டின் வாசற்கதவை பூட்டி உள்தாழ்ப்பால் போட்டார்.

“ஹலோ சார் கதவை எதுக்கு சாத்துறீங்க...
அவருக்கும் இதுக்கும்
எந்த சம்பந்தமும் இல்ல
என்ன அரஸ்ட் பண்ணிக்கோங்க

அவருக்கு என்ன பத்தி எதுவும் தெரியாது,
ஹு டஸின்ட் நோ எனிதிங்''

என்று கோபத்தில் குதித்தபடியே காளிமுத்துவின் பூட்ஸ் கொடுத்த முத்தத்தால் கசிந்த பிறைமார்பனின் உதட்டு இரத்தத்தை துடித்துக் கொண்டிருந்தாள்.

எதையும் கண்டு கொள்ளாமல் காளிமுத்து தனது கைபேசியை எடுத்து,

''ஹலோ மேடம்''

''சொல்லு காளிமுத்து''

''மேடம் சீத்தா இங்கதான் இருக்கா எல்லாரையும்
அனுப்பிட்டேன்
நான் மட்டும் தான் இருக்கேன்
நீங்க ஒடனே வாங்க''

என்றான்.

காளிமுத்துவின் பூட்ஸ் மட்டும் அங்குமிங்கும் அலைந்து பயத்தை மூவர் மனதிலும் தூவிக் கொண்டிருந்தது, அனைவரும் அமைதி காத்துக் கொண்டிருக்க சற்று நேரத்திற்கெல்லாம் வாசலில் ஒரு ஜீப் சத்தம் கேட்டது.

''டக் டக்...
காளிமுத்து... காளிமுத்து...
நான் தான்...
கூட யாரும் இல்ல...
கதவ தெற''

என்று வாசற் கதவில் ஒரு பெண்ணின் குரல் மெதுவாக ஒலித்தது.

அதிகாலை அமைதியில் காளிமுத்துவின் பூட்ஸ் ஒரு அடி நகர்ந்து கதவை திறந்தது.

யாருக்கும் தெரிந்து விடக்கூடாது என்ற அச்சத்தோடு அந்த கல்லூரி பேராசிரியை பிறைமார்பன் வீட்டிற்குள் வந்தாள்.

"காளிமுத்து வெளிய யாராவது வரப் போறாங்க போய் பாரு"

என்று காளிமுத்துவை அனுப்பிவிட்டு

"அம்மாடி சீத்தா அந்த வடிவேலு அவன் பொண்ண கொன்னுட்டான் மா"

என்று பதட்டமாக சொன்னாள் பேராசிரியை

"என்னமா சொல்றீங்க"

என்று பயத்துடனும் ஆச்சரியத்துடனும் சீத்தா கேட்டாள்.

"ஆமா சீத்தா அவ எனக்கு போன் பண்ணா...
அப்பா மந்திரியா இருந்து நாட்டுக்கு நல்லது செஞ்சா பரவால்ல, இப்படி எல்லாம் பொண்ணுங்களையும் வச்சு தப்பான தொழில் பண்ணுவார்னு நினைக்கல மேம்,
நாளைக்கு சீத்தா வர வேணாம்
நான் வந்து கோர்ட்ல சொல்றேன்
எங்க அப்பா தான் குற்றவாளி,
காலேஜ்ல படிக்கிற பொண்ணுங்க கூட பிராசிடியுட்ட பழக விட்டு
நல்ல பொண்ணுங்களையும் ரகசிய பிராசிடியுட்டா மாத்தி
வெளில தெரியாம தொழில் பண்றார்னு சொல்றேன்னு சொன்னா சீத்தா

அது எப்படியோ வடிவேல் காதுக்கு போயிடுச்சி நீயும் அவங்க கூட கூட்டான்னு அந்த பொண்ண கோவத்துல கொன்னுட்டாமா,
நீ இங்க இருக்காத ஓடனே எங்கேயாவது போய் உன்னை காப்பாத்திக்கோ
இங்க இருந்து நா சமாளிச்சுக்குரேன்"

"அம்மா நம்ம அவசரப்பட்டு வடிவேலுக்கு அவர் பொண்ண அனுப்பி இருக்கக் கூடாதும்மா பாவம் அவ..."

"இப்ப அதெல்லாம் பேச நேரமில்ல
நீ மொத எங்கயாச்சும் சேஃபான
இடத்துக்கு போயிடு"

என்று சீத்தாவின் கையைப் பிடித்து எழுப்பினாள் அந்த கல்லூரி பேராசிரியை.

"ஐயோ சீத்தா இவங்களால நமக்கு எதுவும் ஆபத்து வந்துடாதே, வெளிவுலகத்துக்கு நம்ம எல்லாருமே எதிரி"

என்று பதட்டமாக பிறைமார்பினை பார்த்து கல்லூரி பேராசிரியை கேட்டதும் சற்றும் தாமதிக்காமல்

"சீத்தா என் மனைவி"

என்றான் பிறைமார்பன்.

சற்று நேரம் பிறைமார்பினையே பார்த்த சீத்தா, ஒரு கையால் நதிக்கரையனை தூக்கிக்கொண்டு மற்றொரு கையால் பிறைமார்பனின் கையை இறுக்கிப் பிடித்துக் கொண்டு தயாரானாள்,

மெதுவாக கதவைத் திறந்து

"காளிமுத்து வெளிய ஏதாச்சும் ஆள் நடமாட்டம் இருக்கா"

என்றாள் கல்லூரி பேராசிரியை.

"எதுக்கு மா பயம்
உங்க வண்டிய கூட போலீஸ் செக் பண்ணுமா அம்மாடி
சீத்தா நீங்க ஜீப்புல பின்னாடி ஒளிஞ்சிக்கோங்க மா"

என்று சொல்லி மூவரையும் ஒளியச் செய்துவிட்டு கைபேசியை எடுத்து ஒரு கான்ஸ்டேபிளை அழைத்தார்,

"யோவ் என்னையா ஆச்சு"

"ஐயா தேடிட்டு இருக்கோம் ஐயா"

"யோவ் ஒன்னு ரெண்டு இல்ல
முழுஸ்ஸா அம்பது போலீஸ்
எறக்கி இருக்கேன் கண்டுபுடிக்கலன்னா அசிங்கமா போயிடும்
ஒழுங்கா தேடுங்க நான் மினிஸ்டர் வீடு வரைக்கும் போயிட்டு வந்துடறேன்"

என்று சொல்லிவிட்டு தனது போலீஸ் ஜிப்பை முன்னே போகும் படி ஓட்டிக்கொண்டு பின்னே கல்லூரி பேராசிரியையின் ஜீப் வரும்படி அங்கிருந்து கிளம்பினார்கள்.

தனது போலீஸ் பாதுகாப்பில் சீத்தாவையும் பிறைமார்பனையும் ஊரின் எல்லையில் விரைந்து அழைத்துச் சென்று கல்லூரி பேராசிரியையின் ஜீப்பை பிறைமார்பனுக்கும் சீத்தாவிற்கும் கொடுத்துவிட்டு

"யார் கண்ணுலையும் படாம எங்கேயாச்சும் போயிடுங்க சீத்தா நம்ம கடம இன்னும் முடியல இந்த மாதிரி இன்னும் எரநூறு காலேஜ் இருக்கு மறந்துடாத"

என்றாள் கல்லூரி பேராசிரியை.

"நான் இருக்கேமா நான் பாத்துக்கிறேன்
நீங்க மாட்டிக்காதீங்க"

என்று சொல்லிவிட்டு சீத்தாவும் பிறைமார்பனும் நதிக்கரையனும் ஜிப்பில் கிளம்பினார்கள்.

இறுதியாக காளிமுத்து

"டேய் சீத்தாவ பத்ரமா பாத்துக்க"

என்று கடுகடுத்தார்.

சீத்தாவும் பிறைமார்பனும் தலையசைத்தபடி வேகமாக கிளம்பினார்கள்.

காலை சூரியன் வானை தொடுவதற்குள் இருவரும் அடுத்த மாவட்டத்தை தொட்டு விட்டார்கள், வெகு தூர பயணத்தை உணர்ந்த சீத்தா

"நம்ம எங்க போறோம்"

என்றதும் பிறைமார்பன்

"மாலா வீட்டுக்கு"

என்றான்.

அடுத்த பாகம்

“ஏனோ தெரியவில்லை எப்போதும் எட்டிப் பிடிக்கவே ஆசைப்படுகிறது மனிதனின் மனம்”

வாசக நண்பர்களுக்கு வணக்கம், இக்கதை பிறைமார்பனின் கதாபாத்திரத்தை மையமாகக் கொண்டு தொடங்கி, பின்பு சீத்தாவை மையமாகக் கொண்டு நகர்ந்து, பின்பு புதியதோர் கதையை மையமாகக் கொண்டு நகர்வதாக தோன்றலாம், சிலருக்கு இந்த கதை புரியாமல் கூட இருக்கலாம், கதை எழுதுபவர்கள் அனைவரும் எழுத்தாளர்கள் அல்ல, பழைய கதையாகவே இருந்தாலும் தனது எழுத்து நடையில் வாசகர்களுக்கு விருந்தளிப்பவர்களே எழுத்தாளர்கள் என்று நான் உறுதியாக நம்புகிறேன்.

இந்தக் கதையை சுருக்கமாக சொல்லப் போனால், வேசிகளை கல்லூரிகளில் படிக்க வைத்து கல்லூரி மாணவர்களோடு பழக வைத்து, எந்தவித வற்புறுத்தலும் இல்லாமல் அவர்களையும் வேசிகளாக மாற்றும் யுக்தி பல கல்லூரிகளில் கையாளப்படுகிறது. இதை அவர்கள் வழியிலே சென்று தடுப்பதற்காக, அமைச்சர் வடிவேலுவின் மகளையே வேசியாக மாற்றி அமைச்சர் வடிவேலுவிற்கே அனுப்புகிறாள் சீத்தா.

இதற்காக அமைச்சர் வடிவேலு, சீதாவை கொலை செய்ய தேடுகிறான். இதற்கிடையில் உண்மை தெரிந்து வடிவேலுவின் மகள் வடிவேலுவிற்கு எதிராக மாறுகிறாள், இதுவே கதை.

அடுத்த பாகத்தில்,

எப்படி வேசிகள் உருவாகிறார்கள்?

சீதா எப்படி வடிவேலுவின் மகளை வேசியாக மாற்றினாள்?

கல்லூரி பேராசிரியை ஏன் மறைமுகமாக சீத்தாவை காப்பாற்ற வேண்டும்?

பிறைமார்பன் அவனுடைய சித்தாந்தத்தை விட்டுவிட்டு சீத்தாவோடு இல்லறத்தில் ஈடுபடுவானா?

திருமண வாழ்வின் மீது நம்பிக்கை இல்லை என்ற நிலைப்பாட்டில் இருக்கும் பிறைமார்பகனுக்கு உண்மையில் திருமணத்தின் ரகசியம் என்ன என்ற புதிய கோணத்தை முன்வைத்தல்.

போன்றவையே இடம்பெறும்.

இவற்றை தெரிந்து கொள்ள ஆத்மார்த்தமான ஆர்வம் இருந்தால் மட்டும் வாசகர்கள் அடுத்த பாகத்தை வலியுறுத்துங்கள். என்னை தொடர்பு கொள்வதற்கு தேவையான அனைத்து சமூக வழிகளும் இந்த புத்தகத்தில் இடம் பெற்றுள்ளது. உங்கள் கருத்தைக் கொண்டே வேசியின் ருசி-II தொடரும்.

About the Author

Mr. **Nandha Lakshman** is a Contemporary Director, Writer & Lyricist who predominantly works in Tamil literature and constantly focused on the Nature, Universe, and All beings. Also observing their psychological, biological, and social behaviours. His birth name is Nandha Kumar, He was born on 20th December 1995 in a village Palakkadu near Marakanam, Tamilnadu, India. He has written six books **"Azhagum Adupangaraiyum"** (Philosophy-Tamil), **"Match the Following"** (Poetry-English) and **"Maranam Virpanaiku"** (Philosophy of Death –Tamil), **"Andhitha"** (Poetic Love Novel-Tamil), **"Vesiyin Rusi"** (A Journey Beyond Love- Novel Tamil) and **"Kavigalai Kadhali"** (Poetry- Tamil) . He is also a filmmaker who is predominantly works in Tamil and Malayalam Film Industry and has made a debut film **"Nedumi".**

Follow him on Instagram to Smell his Daily Tamil Poems. **@nandha.lakshman**

Join his Telegram Group **"Varigalai Varaverpom"** to share the comments and get direct interaction with **Nandha Lakshman**